ஸ்பேஸ் எக்ஸ்

விண்வெளிப் பயணம்

ஜெ. பால்முருகன்

பாரதி புத்தகாலயம்

Space-X (in Tamil)
Paul.J.Murgan
First Published: December, 2021
Published by
BHARATHI PUTHAKALAYAM
7, Elango Salai, Teynampet, Chennai - 600 018
Email: bharathiputhakalayam@gmail.com / www.thamizhbooks.com

ஸ்பேஸ்-எக்ஸ்

பால்.ஜெ.முருகன்

முதல் பதிப்பு: டிசம்பர், 2021

வெளியீடு:

பாரதி புத்தகாலயம்

7, இளங்கோ சாலை, தேனாம்பேட்டை, சென்னை - 600 018
தொலைபேசி : 044-24332424, 24330024 | விற்பனை:24332924

விற்பனை நிலையங்கள்
மதுரை: 37A, பெரியார் பேருந்து நிலையம் - 045 22324674
ஈரோடு: 39: 39 ஸ்டேட் பேங்க் சாலை - 9245448353
திண்டுக்கல்: பேருந்து நிலையம் - 9942331105, 9976053719
பழனி: பேருந்து நிலையம் - 9442883696
திருப்பூர்: 447, அவினாசி சாலை - 9486105018
சேலம்: பாலம் 35, அத்வைத ஆஸ்ரமம் சாலை 0427 2335952
திருவல்லிக்கேணி: 48, தேரடி தெரு - 9444428358
வடபழனி: பேருந்து நிலையம் எதிரில் அடையார்
ஆனந்தபவன் மாடியில் - 9444476967
பெரம்பூர்: 52, கூக்ஸ் ரோடு - 9444373716
திருவாரூர்: 35, நேதாஜி சாலை - 9442540543
சேலம்: 15, வித்யாலயா சாலை சாலை
திருநெல்வேலி: 25கி, ராஜேந்திரநகர் - 9442149981
மதுரை: சர்வோதயா மெயின்ரோடு
குன்னூர்: N.K.N வணிக வளாகம் பெட்போர்ட்
செங்கல்பட்டு: 1 D ஜி.எஸ்.டி சாலை - 044 27426964
விருதுநகர்: 131, கச்சேரி சாலை - 0456 2245300
கும்பகோணம்: 352, ரயில் நிலையம் எதிரில் - 9443995061
வேலூர்: பேஸ் III, சத்துவாச்சாரி - 9442553893
நெய்வேலி: பேருந்து நிலையம் அருகில், - 9443659147
தஞ்சாவூர்: காந்திஜி வணிக வளாகம் காந்திஜி சாலை - 9655542400
கோவை: 77, மசக்காளிபாளையம் ரோடு, பீளமேடு - 8903707294
திருச்சி: வெண்மணி இல்லம், கரூர் புறவழிச்சாலை - 9994289492
திருவண்ணாமலை: முத்தம்மாள் நகர் | **நாகர்கோவில்:** 699 கே.பி.ரோடு R.V.புரம் - 9443450111
சிதம்பரம்: 22A / 18B தேரடி கடைத் தெரு, கீழவீதி அருகில் - 9994399347
கரூர்: நாரத கானசபா அருகில் (TNGEA OFFICE)- 9442706676
காரைக்குடி : 12, 2 வது தெரு, கம்பன் மணிமண்டபம் பின்புறம் - 9443406150
பாண்டிச்சேரி : கிழக்-கு கடற்கரைச்சாலை, இலாசுப்பேட்டை, 9486102777
அருப்புக்கோட்டை: கதவுஎண் 49 A/4 மெயின் ரோடு, தெற்கு தெரு - 9994173551

நினைத்த நூல்கள்... நினைத்த நேரத்தில்...

BharathiTV | www.bookday.in

thamizhbooks.com

8778073949

அச்சு : பிரிண்டெக், சென்னை - 600 005.

முன்னுரை

2017-ம் ஆண்டு செப்டம்பர் மாதம் ஆஸ்த்ரேலியாவில் நடந்த சர்வதேச விண்வெளி மாநாட்டில் நான் கலந்துகொள்ள வாய்ப்பு கிடைத்தது. அப்பொழுதுதான் ஸ்பேஸ் எக்ஸ் நிறுவனர் எலான் மஸ்க் செவ்வாய் கிரகத்தில் 2035-ல் மனிதகாலனியை உருவாக்கும் தனது திட்டத்தை 6000 பேர் அமர்ந்திருந்த அந்த அரங்கில் நேரடியாக உலகமக்களுக்கு முதன்முறையாக அறிவித்தார். அங்கு அவரை நேரடியாக பார்க்கக்கூடிய அரிய வாய்ப்பு எனக்கும் கிடைத்தது. மேலும் இந்த மாநாட்டில் ஸ்பேஸ் எக்ஸ் நிறுவனத்தின் சில விஞ்ஞானிகளிடம் உரையாடக்கூடிய வாய்ப்பு எனக்கு கிடைத்தது. உங்களுடைய குறுகிய காலத்தில் விண்வெளிதுறையில் கிடைத்த வெற்றிக்கு காரணம் என்ன என்று கேட்டபொழுது அவர்கள் கூறியது, ஸ்பேஸ் எக்ஸ் நிறுவனத்தின் நிறுவனர் கொடுத்த ஊக்கம், அவருடைய தொலைநோக்குபார்வை மற்றும் கடின உழைப்பு என்று கூறினர். மேலும் அந்த நிறுவனம் யாரையும் வற்புறுத்தி பணிசெய்ய வைப்பதில்லை. அவர்களாகவே ஆர்வத்துடன் அவர்களுக்கு கொடுக்கப்பட்ட வேலையை விருப்பமாகவே ஒருநாளைக்கு 12 முதல் 15 மணி நேரம் பணியாற்றுகின்றனர். மேலும் மதிப்பெண் அடிப்படையில் இல்லாமல் ஸ்கில் அடிப்படையில் ஊழியர்களை வேலைக்கு எடுத்து நிறுவனத்திற்கு தேவையான பயிற்ச்சியை கொடுக்கும்பொழுது அவர்கள் அதில் சிறப்பாக செயல்பட்டு சிறந்த திறனை வெளிப்படுத்த முடியும் என்று கூறினர். அப்போழுது தான், ஸ்பேஸ் எக்ஸ் விண்வெளி நிறுவனத்தைப்பற்றியும் அதன் நிகழ்வுகளையும் எல்லோருக்கும் தெரியப்படுத்த வேண்டும் என்று தோன்றியது. 2017ம் ஆண்டுக்கு பின்பும் இந்நிறுவனம் பல உலக வரலாற்று சாதனைகளை படைத்துள்ளது. கடந்த 12 வருடத்தில் இந்நிறுவனம் செய்த விண்வெளி நிகழ்வுகள் மற்றும் சாதனைகள் இந்நூலில் தொகுத்து வழங்கப்பட்டுள்ளது.

கோவிட் காரணமாக ஊரடங்கு இருந்த சமயத்தில் வீட்டிலேயே இருந்து இந்த புத்தகத்தை எழுதும்பொழுது எனக்கு உதவியாக இருந்த எனது குடும்பத்தினர் அனைவருக்கும் நன்றியை தெரிவித்துக்கொள்கிறேன் இந்நூலைப் பற்றிய தங்களது மேலான கருத்துக்களை கீழே கொடுத்துள்ளமின்னஞ்சல் முகவரிக்கு அனுப்புமாறு கேட்டுக் கொள்கிறேன்.

சென்னை ஜெ.பால்முருகன்

20-10-2021 paulmurugan1iitm@gmail.com

இந்நூலைப் பற்றி

கடந்த ஐம்பது வருடங்களுக்கு முன்பு விண்வெளி ஆராய்ச்சியில் அமெரிக்கா மற்றும் சோவியத் யூனியன் நாடுகள் மட்டுமே ஈடுபட்டு இருந்தபொழுது அதைப்பற்றிய அறிவு அந்த இரண்டுநாட்டிலுள்ள மக்களுக்கும் மற்றும் மற்ற சில நாட்டிலுள்ள மெத்த படித்தவர்களிடம் மட்டுமே இருந்தது. பின்பு ஐரோப்பிய யூனியன், கனடா, பிரிட்டன், இஸ்ரேல், ஜப்பான், சீனா மற்றும் இந்திய நாடுகளும் விண்வெளி ஆராய்ச்சியில் இறங்கியபொழுது அந்நாட்டு மக்களுக்கும் ராக்கெட் மற்றும் செயற்கைகோள் சம்பந்தமான நிகழ்வுகள் நடந்தபொழுது ஆச்சர்யமாகவும் மற்றும் பெருமையாகவும் இருந்தது. இவ்வாறாக 2005-ம் ஆண்டுவரை விண்வெளி பற்றிய அறிவு, மிக்குறைந்த நாடுகளிலுள்ள மக்களிடமே இருந்தது என்று உறுதியாக நம்பலாம். இந்த காலகட்டத்தில் 2002-ம் ஆண்டில் வேறுதுறைகளில் தொழில்முனைவோராக கோலேச்சி கொண்டிருந்த எலான் மஸ்க், ஸ்பேஸ்-எக்ஸ் என்ற விண்வெளி நிறுவனத்தை தொடங்கியபொழுது அந்த நிறுவனத்தைப் பற்றி எல்லோரும் தெரிந்திருக்க வாய்ப்பில்லை. ஆனால் கடந்த 10 ஆண்டுகளில் ஸ்பேஸ் எக்ஸ் என்ற தனியார் விண்வெளி நிறுவனம் நிகழ்த்திய விண்வெளி புரட்சிகள் மற்றும் சாதனைகள் இன்று உலகத்தில் மூலை முடுக்குகளிலுள்ள சாமான்ய மக்களிடம் விண்வெளி பற்றிய ஆர்வங்களை தூண்டியிருக்கின்றது என்பது முற்றிலும் உண்மையானது. ஸ்பேஸ் எக்ஸ் நிறுவனம் வருவதற்க்கு முன்பு ராக்கெட் ஏவுவதற்கு மிகப்பெரும் செலவு செய்யவேண்டியிருந்தது. அதிக செலவு செய்வதில் உடன்பாடில்லாமல் இருந்த எலான் மஸ்க் குறைந்தவிலையில் ராக்கெட்டை உருவாக்கி பறக்கவிட்டு அதை மீட்டெடுத்து மீண்டும் பயன்படுத்தி அதில் மிகப்பெரிய வெற்றி கண்டபொழுது விண்வெளித்துறையில் மிகப்பெரும் புரட்சியை அவரின் ஸ்பேஸ் எக்ஸ் நிறுவனம் உருவாக்கியது. இந்த புரட்சியானது ஐன்ஸ்டீன், எடிசன் மற்றும் ரைட் பிரதர்ஸ் காலத்தில் அவர்கள் நிகழ்த்திய அறிவியல் சாதனைகளுக்கு இணையாக தொழில் நுட்ப வளர்ச்சியாக கருதப்பட்டது.

இவ்வளவு வேகமாகபோய் ராக்கெட்டா விடப்போகிறாய்? என்ற வார்த்தை சில நேரங்களில் நாம் எல்லோரும் ஏதோ ஒரு தருணங்ளில் அடுத்தவர்களை பார்த்து கூறியதுண்டு. அந்தளவுக்கு விண்வெளி மற்றும் ராக்கெட் என்பது கடும் சவால்கள் நிறைந்தது மற்றும் ஒரு நாட்டின் வளர்ச்சிக்கு முக்கியபங்கு வகிக்கின்றது. மேலும் சிறிய தவறு நடந்தால் கூட கோடிக்கணக்கான பணம் மற்றும்

மனித உழைப்பு வீணாக கடலில் கலந்துவிடும். சில சமயங்களில் விலைமதிப்பில்லாத விண்வெளி வீரர்களையும் இழக்கநேரிடும். இவ்வாறு காசு எளிதாக கரியாகி விடக்கூடிய இந்த சவாலான துறையில் ஒரு நாட்டின் அரசாங்கமே அதிக முதலீடு செய்ய யோசிக்கும் நிலையில், முப்பத்தி இரண்டே வயதான ஒரு தனி இளைஞர் தான் கஷ்டப்பட்டு சுயமாக சம்பாதித்த பணத்தை விண்வெளித்துறையிலிருந்த அதீத ஆர்வம் மற்றும் நம்பிக்கையில் முதலீடு செய்தார். இதில் வெற்றிபெற்று முதலீடு செய்த பணத்தை மீட்டு எடுக்க முடியுமா என்றெல்லாம் அவர் யோசிக்கவில்லை. உலகில் உள்ள எல்லா ராக்கெட்டுகளை விட சிறந்த மற்றும் மலிவு விலையில் ராக்கெட்டை உருவாக்கி ஏவமுடியும் என்ற தன்னம்பிக்கை மட்டுமே இருந்தது. தொழில் முனைவராக விரும்பும் எந்த ஒருவரும் இவரின் வெற்றியில் இருந்து பாடம் கற்றுக்கொள்ளவேண்டும். எந்த துறையிலும் அதற்கான ஆர்வம், அதைப்பற்றிய ஆழ்ந்த அறிவு மற்றும் கடின உழைப்பு இருந்தால் எல்லோரும் குறுகிய காலத்தில் பெரிய வெற்றி பெறமுடியும் என்பதற்க்கு ஸ்பேஸ் எக்ஸ் நிறுவனம் மிக சிறந்த உதாரணம் ஆகும்.

மனிதன் எதிர்காலத்தில் உயிர்பிழைத்து வாழ்வதற்கு மனிதஇனம் ஒரு மல்டி பிளானட் இனமாக மாறவேண்டும் என்று எலான் மஸ்க் நீண்டகாலமாக நம்பினார். இதையெல்லாம் சினிமாவில் கற்பனை கதைகளில் மட்டுமே நாம் பார்த்து ரசித்து இருக்கின்றோம். மனிதன் வேறுகிரகத்திற்கு சென்று வாழமுடியும் என்று அறிவித்து அதற்க்கான முயற்ச்சியில் ஸ்பேஸ் எக்ஸ் நிறுவனம் ஈடுபட்டு தீவிரமாக பணியாற்றி வருகின்றது என்று கூறியபொழுது உலகமே அந்த நிறுவனத்தை ஆச்சரியத்துடன் கவனித்தது. மேலும் பூமியில் உள்ள நகரங்களுக்கு இடையிலும் மிக குறைவான போக்குவரத்தை வழங்குவதற்கும் ஸ்பேஸ் எக்ஸ் நிறுவனம் முயற்சி செய்து வருகின்றது. அதாவது 1 மணிநேரத்தில் பூமியின் எந்த ஒரு இடத்திலிருந்தும் மற்ற ஒரு இடத்திற்கு செல்லமுடியும் என்பதாகும். மேலும் இவ்வாறாக எதிர்காலத்தில் விண்வெளி சுற்றுலாவாக சந்திரன் மற்றும் செவ்வாய் கிரகத்திற்கும் மற்றும் அங்கு தங்குவதற்கும் இந்நிறுவனத்தின் ராக்கெட் மிகமுக்கிய பங்காற்றும் என்பதில் எந்தவித ஐயமும் இல்லை. மேலும் குறைந்தவிலையில் தன்னுடைய செயற்கைகோள்கள் மூலம் அதிவேக இன்டர்நெட்டை உலகில் எந்த மூலைக்கும் கொடுக்கமுடியும் என்பதில் ஸ்பேஸ் எக்ஸ் நிறுவனம் தொடர்ந்து உறுதியுடன் செயலாற்றி வருகின்றது. இவ்வாறாக மனித இனத்தை அடுத்தகட்ட வளர்ச்சிக்கு கொண்டு செல்ல முற்படும் ஸ்பேஸ் எக்ஸ் என்ற ஒரு தனியார் விண்வெளி நிறுவனம் மற்றும் அதன் சாதனைகளைப் பற்றிய நூல் இது.

நன்றி!

புகைப்படங்கள் :

ஸ்பேஸ் எக்ஸ், நாசா, புளூ ஆரிஜின், வெர்ஜின் கேலக்டிக்,
ரோஸ்மாஸ் - ரஷ்யா, சி.என்.எஸ்.ஏ (சீனா), இஸ்ரோ, இந்தியா,
ஸ்பேஸ் பிளைட்.காம், ஸ்பேஸ் பிளைட் நவ், ஸ்பேஸ் நியூஸ்

உள்ளே...

1

எலான் மஸ்க் வாழ்க்கை

எலான் மஸ்க் (Elon Musk) தென்னாப்பிரிக்காவிலுள்ள பிரிட்டோரியாவில் ஜூன் 28, 1971 ஆம் ஆண்டில் பிறந்தார். இவரின் தந்தை தென்னாப்பிரிக்கா மற்றும் தாய் கனடா நாட்டையும் சேர்ந்தவர்கள். சிறுவயதிலேயே தொழில் முனைவோருக்கான திறமையும் கணினிகள் மீது ஆர்வமும் இருந்து இருக்கிறது. அவரது 12வது வயதில் ஒரு வீடியோ கேமை உருவாக்கி அதை ஒரு கணினி பத்திரிகைக்கு விற்று பணம் பெற்று இருக்கிறார். பின்பு 1988ல் தனது 18 வயதில் கனடா நாட்டு பாஸ்போர்ட்டை பெற்ற பிறகு தென்னாப்பிரிக்காவை விட்டு வெளியேறினார். ஏனென்றால் அந்த காலகட்டத்தில் இளைஞர்களின் கட்டாய ராணுவ சேவை அந்த நாட்டில் இருந்து இருக்கின்றது. இதை

1. ஸ்பேஸ் எக்ஸ் நிறுவனம் தலைவர் எலான் மஸ்க்.

விரும்பாத மஸ்க் தென்னாப்பிரிக்காவை விட்டு வெளியேறும் முடிவை எடுத்துள்ளார். மேலும் அமெரிக்காவில் இருக்கும் வேலை வாய்ப்பு மற்றும் பொருளாதார வாய்ப்புகளை அறிந்து அமெரிக்காவுக்கு சென்றுள்ளார். அங்கு கிங்ஸ்டனில் உள்ள குயுன்ஸ் பல்கலைக்கழகத்தில் நான்கு வருடம் படித்தார். பின்பு 1992ல் பிலடெல்வியாவின் பென்சில்வேனியா பல்கலைக்கழகத்தில் சேர்ந்து படித்து 1997ல் இயற்பியல் மற்றும் பொருளாதாரத்தில் இளங்கலை பட்டம் பெற்றார். பின்னர் கலிபோர்னியாவின் சிறப்பு வாய்ந்த ஸ்டான்போர்டு பல்கலைக்கழகத்தில் பட்டதாரி பள்ளியில் முதுகலை இயற்பியல் படிப்பில் சேர்ந்து ஒரு வாரத்தில் வேண்டாம் என்று வந்துவிட்டார். இயற்பியலில் (Physics) சேர்ந்து படிப்பதை விட இணையத்தில் (Internet) சமூகத்தை மாற்றுவதற்க்கான அதிக ஆற்றல் இருப்பதாக அவர் உணர்ந்தார். அந்த காலகட்டத்தில் தான் பில்கேட்ஸ் தன்னுடைய மைக்ரோசாப்ட் மென்பொருள் மூலம் இன்டர்நெட் உலகத்தில் புகழ்பெற்று இருந்தார் என்பது குறிப்பிடத்தக்கது. ஏற்கனவே மஸ்க்குக்கு இயல்பிலேயே தொழில் முனைவோராக (Entrepreneur) ஆர்வம் இருந்ததால் 1995ஆம் ஆண்டில் அவர் ஆன்லைன் செய்தித்தாள்களுக்கு வரைபடங்கள் மற்றும் வணிக அடைவுகளை (Business Directories) வழங்கும் ஜிப்-2 (Zip-2) என்ற நிறுவனத்தை தொடங்கினார். இதற்குமுன்பு இவர் சிலிக்கான்வேலியில் எரிசக்தி சேமிப்பு மற்றும் ராக்கெட் அறிவியல் விளையாட்டு தொடர்பான இன்டர்ன்ஷிப்பை நடத்தினார். ஸ்டான் ஃபோர்ட் பல்கலைகழகத்தில் ஆற்றல் இயற்பியலில் (Energy Physics) பி.எச்.டி செய்வதற்கு அப்ளிகேஷன் போட்டு இருந்தார். ஆனால் பல்கலைக்கழகத்தில் இருந்து ஒரு பதிலும் கிடைக்கவில்லை. மேலும் நெட்ஸ்கேப் என்ற நிறுவனத்தில் வேலைக்கும் முயற்சி செய்தார். ஆனால் கடைசியில் ஒரு திடமான முடிவு எடுத்தார். வாழ்க்கையில் ஒவ்வொரு தனி மனிதரின் முடிவும் முக்கியமானது என்பதற்க்கு இவர் ஒரு உதாரணம். இன்டர்நெட் கம்பெனியில் சேருவதைவிட இன்டர்நெட் ஸ்டார்ட்-அப் (Start-up) தொடங்கலாம் என்று முடிவு செய்துதான் மேலே கூறிய ஜிப்-2 நிறுவனத்தை நண்பர்களோடு சேர்ந்து நிறுவினார். அன்று அவர் எடுத்த அந்த முடிவுதான் இன்று விண்வெளி வரலாற்றையை மாற்றி எழுதவைத்தது. இந்த ஜிப்-2 நிறுவனத்துக்கு ஏஞ்சல் இன்வெஸ்டர்ஸ் மூலம் கொஞ்சம் முதலீடு கிடைத்தது. இந்த நிறுவனம் வெற்றி பெறுவதற்கு முன்பு அவர் ஒரு குடியிருப்பைக்கூட வாங்கமுடியாமல் வாடகையில் இயங்கும் அலுவலகத்திலேயே தூங்கியும் மற்றும் அமெரிக்காவில்

இயங்கும் ஒய்.எம்.சி.எ அலுவலகத்தில் குளித்தும் இருக்கிறார். வாரத்தில் ஏழு நாட்கள் இரவுநேரத்தில் தான் புரோகிராம் மற்றும் கோடிங் (Coding) எழுதியுள்ளார். ஏனென்றால் அவர்களால் ஒரு கணினி தான் வாங்கமுடிந்தது. பகல் நேரத்தில் அதை மற்ற வெப் சம்ந்தமாக வேலைக்கு பயன் படுத்தினர். இது ஓரளவு வளர்ந்த பிறகு சிட்டி சர்ச் (City Search) நிறுவனத்துடன் இணைத்து தலைமை நிர்வாக அதிகாரியாக (CEO) ஆவதற்கு மஸ்க் மேற்கொண்ட முயற்சிகள் இந்த நிறுவனத்தின் தலைவர் மற்றும் அவர்களின் குழு வாரியத்தால் முறியடிக்கப்பட்டது. நான்கு வருடத்தில் ஜிப்-2 நிறுவனம் மஸ்க் & கோவின் கடின உழைப்பால் நல்ல வளர்ச்சி அடைந்தது. இருந்தும் மஸ்க் இந்த தொழிலிலேயே தொடர்ந்து இருக்க விரும்பவில்லை. அவரின் தேடலானது மேலும் மேலும் என்று மற்ற தொழில்நுட்பங்களை நோக்கி இருந்தது. இதனால் ஜிப்-2 நிறுவனத்தை 1999 ஆம் ஆண்டு 307 மில்லியன் டாலருக்கு கணினி உற்பத்தியில் அப்பொழுது கொடிகட்டி பறந்த காம்பேக் (Compaq) நிறுவனத்திடம் விற்றார். மேலும் மஸ்க் தனது ஏழு சதம் பங்குகளுக்கு 22 மில்லியன் டாலரையும் பெற்றார். அதே ஆண்டு 1999-ல் ஆன்லைன் நிதி சேவைகள் மற்றும் மின்னஞ்சல் கட்டண நிறுவனமான எக்ஸ்.காம் (x.com) என்ற நிறுவனத்தை தொடங்கி இணை நிறுவனராக இருந்தார். கூட்டாட்சி காப்பீடு செய்யப்பட்ட முதல் ஆன்லைன் வங்கி நிறுவனமாக இது இருந்ததால் ஆரம்பித்த ஆரம்ப மாதங்களிலேயே இரண்டு இலட்சத்துக்கும் மேற்பட்ட வாடிக்கையாளர்கள் சேவையில் சேர்ந்தனர். இந்த நிறுவனத்தின் முதலீட்டாளர்கள் (Investors) மஸ்க் இந்த துறையில் அனுபவம் அற்றவராக இருப்பதாக கருதி அவரை தலைமை நிர்வாக அதிகாரி பொறுப்பிலிருக்கு நீக்கி தற்காலிகமாக வேறு ஒருவரை நியமித்தனர். இந்த நேரத்தில் தேவையற்ற தொழில் போட்டியைத் தடுக்க எக்ஸ். காம் நிறுவனத்தை கான்பினிட்டி என்ற ஆன்லைன் வங்கியுடன் இணைத்தனர். இந்த இணைப்பிற்கு பிறகு மீண்டும் மஸ்க் சி.இ.ஓ ஆனார். இந்த வங்கியை மேக்ஸ் லெவ்சின் மற்றும் பீட்டர் தியேல் இருவரும் இணைந்து நடத்தி வந்தனர். இந்த கான்பினிட்டி வங்கி ஏற்கனவே பேபால் (PayPal) என்ற சொந்த பண பரிமாற்ற சேவையை கொண்டிருந்தது. இது எக்ஸ்.காம் சேவையை விட பிரபலமானதாக இருந்தது. எலான் மஸ்க், லினக்ஸ் (Linux) க்கு பதிலாக மைக்ரோசாப்ட் மென்பொருளை பயன்படுத்த வேண்டும் என்று கூறியதால் ஏற்பட்ட பிரச்சனையில் பீட்டர் தியேல் ராஜினாமா செய்ய நேர்ந்தது. இவர் வெளியேறியபிறகு ஏற்பட்ட தொழில்

நுட்ப சிக்கல்கள் மற்றும் ஒருங்கிணைந்த வணிக மாதிரியின் பற்றாக்குறை காரணமாக குழு வாரியம் (Board of Directors) மஸ்க்கை வெளியேற்றி அவருக்கு பதிலாக மீண்டும் 2000ஆம் ஆண்டு பீட்டர் தியேலை கொண்டு வந்தது. தியேலின் கீழ் கான்பினிட்டி நிறுவனம் பண பரிமாற்ற சேவையான பேபாலில் கவனம் செலுத்தி வருவாய் ஈட்டியது. பின்பு 2001 ல் கான்ஃபினிட்டி நிறுவனத்தை பேபால் என்றே பெயர் மாற்றி அமைத்தது. இந்த இடைப்பட்ட காலத்தில் அக்டோபர் 2001ல் மஸ்க் ரஷ்யாவிற்கு பயணம் செய்து கொண்டிருந்தார். ரஷ்யாவில் உள்ள புதுப்பிக்கப்பட்ட ராக்கெட் இஞ்சினை வாங்கமுயற்சி செய்தார். ஏனென்றால் அவரின் ஆர்வம் ராக்கெட் சம்பந்தமாக அமெரிக்காவிலுள்ள மார்ஸ் சொசைட்டி (MARS Society) மூலம் வந்து இருந்தது. இந்த சொசைட்டி செவ்வாய் கிரகத்தை பற்றி பொதுமக்கள் மற்றும் ஊடகங்களுக்கு கற்பித்து வந்தது. இதற்கிடையில் ஆன்லைன் கம்பெனியான ஈபே (e Bay) 2002ல் 1.3 பில்லியன் டாலர் கொடுத்து அனைத்து பேபால் நிறுவன பங்குகளை வாங்கியது. இதில் 12% பங்குகள் வைத்திருந்த மிகப்பெரிய பங்குதாரரான மஸ்க் 100 மில்லியன் டாலருக்கும் அதிகமாக பெற்றார். மீண்டும் பிப்ரவரி 2002ல் மஸ்க் ரஷ்யா சென்று கோஸ்மோட்ராஸ் நிறுவனத்திடம் ராக்கெட் இஞ்சின் வாங்குவது சம்பந்தமாக பேசினார். உலகத்திலேயே ரஷ்யா ராக்கெட்டுகள் விலை உயர்ந்தவை. அதற்கிணங்க ஒரு புதுப்பிக்கப்பட்ட ராக்கெட் இஞ்சினின் விலையாக 10 முதல் 25 மில்லியன் டாலர் என்று ரஷ்யா சொன்னது. பேரம் பேசியும் விலையை குறைக்காததால் வேண்டாம் என்று மஸ்க் சொல்லி விட்டார். ரஷ்யாவிடம் இஞ்சின் வாங்கி பயன்படுத்துவதற்க்கு பதிலாக நாமே கம்பெனி தொடங்கலாம் என்ற யோசனை வந்து இருக்கின்றது. அதாவது மலிவு விலையில் ராக்கெட்டுகளை உருவாக்க கூடிய ஒரு நிறுவனத்தை தொடங்க முடிவு செய்தார். தனது முந்தைய நிறுவனங்களின் மூலம் ஈட்டிய 100 மில்லியன் டாலருக்கும் மேலான பணத்தை வைத்து விண்வெளித்துறையில் புரட்சியை ஏற்படுத்தி மலிவு விலையில் ராக்கெட்டை உருவாக்கி விண்வெளிப்பயணத்தை கொடுக்கமுடியும் என்ற நம்பிக்கையில் மே மாதம் 2002ல் ஸ்பேஸ்-எக்ஸ் (Space-X) என்ற விண்வெளி ஆய்வு தொழில் நுட்பக்கழகத்தை உருவாக்கினார். இந்த நிறுவனத்தின் தலைமை நிர்வாக செயல் அதிகாரியாக அவரே பொறுப்பேற்றார். மேலும் தலைமை தொழில்நுட்ப பொறியாளராகவும் இருந்து, நிறுவனத்தையும் மற்றும் அணியையும் வெற்றியை நோக்கி செல்ல திறமையாக வழிகாட்டினார்.

2

ஸ்பேஸ்-எக்ஸ் நிறுவனம்

ஸ்பேஸ் எக்ஸ் நிறுவனம் அமெரிக்காவின் கலிபோர்னியாவில் உள்ள ஹாவ்தோர்ன் (Hawthorne) என்ற இடத்தை தலைமையிடமாக கொண்டு இயங்கி வருகின்றது. இந்நிறுவனத்தில் சுமார் 9500 பேர் பணியாற்றி வருகின்றனர். ஸ்பேஸ்-எக்ஸ் என்பது அமெரிக்க விண்வெளி உற்பத்தியாளர், விண்வெளி போக்குவரத்து மற்றும் தகவல் தொடர்பு நிறுவனமாகும். எலான் மஸ்க் இதன் தலைமை நிர்வாக அதிகாரி ஆவார். இந்த ஸ்பேஸ் – எக்ஸ் தலைமையகத்தில் ஒரு முழு ஏவுதள வாகனம் அல்லது விண்கலம் செங்குத்தாக ஒருங்கிணைக்கப்பட்டு ஒரே கூரையின் கீழ் ஒன்றாக வருவதைக் காணலாம். இந்த மாதிரி வசதிகள் என்பது உலகில் சில நிறுவனங்களிடம் மட்டுமே உள்ளது. அதில் ஸ்பேஸ்-எக்ஸ் என்ற தனியார் விண்வெளி நிறுவனமும் அடங்கும் என்பது குறிப்பிடத்தக்கது. இந்த ஹாவ்தோர்ன் வளாகத்திலேயே ஸ்பேஸ்-எக்ஸ் ன் பெரும்பாலான ராக்கெட்டுகள் உருவாக்கப்பட்டு அடுக்கி வைக்கப்படுகின்றன.

படம்-2.1 ஸ்பேஸ் எக்ஸ் நிறுவனம் தலைமையகம். (ஹாவ்தோர்ன், கலிபோர்னியா)

2.2. ஸ்பேஸ் எக்ஸ் ராக்கெட்டுகள் மற்றும் விண்கலங்கள் உருவாக்கும் இடம் (ஹாவ்தோர்ன்)

இதேபோல் அமெரிக்காவின் டெக்சாஸின் (Texas) மெக்ரிகோர் (Mc Gregor) நகரில் 4000 ஏக்கர் பரப்பளவில் உள்ள அதிநவீன ராக்கெட் மேம்பாட்டு நிலையத்தில், ஸ்பேஸ்-எக்ஸ் அதன் இஞ்சின்கள், வாகன கட்டமைப்புகள் (Vehicle Structures) மற்றும் பல அமைப்புகளை ((Many Systems) சோதனை (Testing) செய்கிறது. இங்கு 16 சிறப்பு சோதனை நிலையங்கள் (Test Stands) உள்ளன. இங்குதான் ஸ்பேஸ் -எக்ஸ் ராக்கெட்டான பால்கன் மற்றும் பால்கன் ஹெவி ராக்கெட்டில் உள்ள மெர்லின் எஞ்சின்கள் மற்றும் ட்ராகனில் உள்ள ட்ராகோ எஞ்சின் (Drago Thrusters) ஆகியவை எல்லாவிதமான பரிசோதனைக்கு உட்படுத்தப்பட்ட பிறகு பறக்க பயன்படுத்தப்படுகின்றது.

கேப் கேனவெரல் ஸ்பேஸ் ஃபோர்ஸ் ஸ்டேஷன் (Cape Canaveral Space Force Station), ஸ்பேஸ் லாஞ்ச் காம்ப்ளக்ஸ்-40 (SLC-40) என்பது அமெரிக்காவின் புளோரிடாவில் தென்கிழக்கு கடற்கரை பகுதியில் உள்ளது. இத்தளம் தகவல் தொடர்புகள் மற்றும் பூமியை கண்காணிக்கும் செயற்கைக் கோள்கள் (Earth Observing Satellites) மற்றும் சர்வதேச விண்வெளி நிலையத்திற்கு பொருட்கள் கொண்டு செல்லுதல் ஆகியவற்றிற்கு அடிக்கடி பயன்படுத்தப்படும் குறைந்த மற்றும் நடுத்தர சாய்வு சுற்றுப் பாதைகளுக்கான (low and medium uncliration orbits) அணுகளை வழங்குகிறது. மேலும்

2.3 டெக்சாஸின் மெக்ரிகோர் நகரில் உள்ள ஸ்பேஸ் எக்ஸ் நிறுவனத்தின் ராக்கெட் மேம்பாடு மற்றும் சோதனை நிலையம்.

இந்த தளம், புவிசார் சுற்றுப்பாதைகள் (Geostationary orbits) சந்திரன் மற்றும் அதற்கு அப்பால் (Interplanetary) செல்லக்கூடிய பால்கன் ராக்கெட்டை ஏவுவதற்கு அனுமதிக்கிறது.

இதேபோல் அப்பல்லோ மற்றும் ஸ்பேஸ் சட்டில் போன்ற வரலாற்று மிக்க விண்கலங்களை ஏவுவதற்கு பயன்படுத்தப்பட்ட ஏவுதளம் தான் கென்னடி ஸ்பேஸ் சென்டர்-டாஞ்ச் காம்ப்ளக்ஸ் -39ஏ. இத்தளத்தை ஸ்பேஸ்-எக்ஸ் நிறுவனம் பயன்படுத்துவதற்கு நாசா அனுமதி வழங்கியது. ஸ்பேஸ்-எக்ஸ் நிறுவனம் வணிக ரீதியான செயற்கைக்கோள், கார்கோ ட்ராகன் மற்றும் க்ரு ட்ராகன் விண்கலங்களை தனது பால்கன் ராக்கெட் மூலம் அனுப்ப இந்த ஏவுதளத்தை பயன்படுத்தி வருகிறது.

மற்றொரு ஏவுதளமான வான்டன்பெர்க் (Vandenberg) ஏர்ஃபோர்ஸ் பேஸ்-ஸ்பேஸ் லாஞ்ச் காம்ப்ளக்ஸ் 4 ஈஸ்ட் கலிபோர்னியா கடற்கரையோரத்தில் அமைந்து உள்ளது. இத்தளம் அதிக சாய்வு மற்றும் துருவ சுற்றுப் பாதைகளுக்கு (Polarorbits) செல்லக்கூடிய பால்கன் ராக்கெட்டிற்கு அனுமதி வழங்குகின்றது. மேலும் இத்தளம் தகவல் தொடர்பு செயகைக்கோள் விண்மீன்கள் தொகுப்பு, பாதுகாப்பு உளவுத்துறை மற்றும் பூமியைக் கண்காணிக்கும் செயற்கைக்கோள்கள் இவற்றை ஏவுவதற்கு பயன்படுத்தப்படுகிறது. மற்றும் சில சந்திர பயணங்களுக்கும் (lunar missions) இத்தளத்தில் இருந்து ராக்கெட்டுகள் ஏவப்பட்டுள்ளன.

2.4 பால்கன் -9 ராக்கெட்டை ஏவும் ஏவுதளம் (கேப் கேனவெரல் ஸ்பேஸ் ஃபோர்ஸ் ஸ்டேசன், எஸ்.எல்.சி. 40)

ஸ்பேஸ்-எக்ஸ் நிறுவனம் டெக்சாஸில் உள்ள போகாசிகா (Bocachica) அல்லது ஸ்டார்பேஸ் (Starbase) என்ற இடத்தில் உலகின் முதல் வணிக ஏவுதளத்தை (Commercial launch site) வடிவமைத்து உருவாக்கி வருகின்றது. ஸ்பேஸ்-எக்ஸ் நிறுவனம் அதன் ராக்கெட்டை விண்வெளி சுற்றுப்பாதைக்கு (Orbital missions) ஏவுவதற்கு இத்தளத்தை பயன்படுத்தும். மேலும் ஸ்பேஸ் எக்ஸ் ன் பிரமாண்ட ஸ்டார்ஷிப் ராக்கெட் இந்த ஸ்டார்பேஸ் என்ற இடத்தில் உருவாக்கப்பட்டு இந்த ஏவுதளத்தில் இருந்துதான் ஏவப்படும் என்று அந்நிறுவனம் தெரிவித்து உள்ளது. மேலும் பூமியிலும் அதற்கு அப்பாலும் மனிதனின் வாழ்க்கை முறையை மாற்றும் ஆற்றலுடன் சிறந்த தொழில்நுட்பங்களை உருவாக்கி வருகிறது. கடின உழைப்பு மற்றும் புதுமையான தீர்வுகள் (Innovative Solutions) மூலம் இந்நிறுவனம் பல வெற்றிகளை குவித்து வருகிறது. ராக்கெட் மறு பயன்பாடு முதல் உலகளாவிய பிராட்பேண்ட் நெட்வொர்க்குகள் மற்றும் சந்திர கிரக போக்குவரத்து அமைப்புகளை வளர்ப்பது வரை ஸ்பேஸ்-எக்ஸ் நிறுவன ஊழியர்கள் தினசரி அடிப்படையில் பணியாற்றி அதில் ஏற்படக்கூடிய கடினமான சிக்கல்களைத் தீர்ப்பதில் வல்லமை பெற்றுள்ளனர் என்பது மிகவும் கவனிக்கத்தக்கது.

இவ்வாறாக பல தொடர்ச்சியான மைல் கற்களுக்காக ஸ்பேஸ்-எக்ஸ் நிறுவனம் உலகளாவிய கவனத்தை ஈர்த்துள்ளது என்பது குறிப்பிடத்தக்கது.

3

ஸ்பேஸ் எக்ஸின் பயணம் மற்றும் விண்வெளி பொருளாதாரம்

வெற்றி என்பது எல்லோருக்கும் ஒரே இரவில் வந்து விடாது என்ற பழமொழி உலகம் முழுவதும் நம்பப்படுகிறது. அதே போல் தான் எலான் மஸ்க் என்ற மனிதருக்கும் வந்து விடவில்லை. எலான் மஸ்க் என்ற பெயர் இன்றைய உலக இளைஞர்களின் தன்னம்பிக்கை வார்த்தை. எல்லாவிதமான மோசமான விமர்சனங்களை தாண்டி தன்னுடைய கடின உழைப்பால், அறிவால், திறமையால் மற்றும் மேலாண்மை திறனால் இன்றைய நூற்றாண்டின் மிகப்பெரிய வெற்றியாளர் எலான் மஸ்க் தான். இந்தியாவின் விக்ரம் சாராபாய் அறிவியலில் மிகப்பெரிய தொலை நோக்கு பார்வை கொண்டவர். 1960 கால கட்டங்களில் இந்தியாவும் விண்வெளியில் சாதனை படைக்கும் என்று கனவு கண்டவர். இதேபோல் எலான் மஸ்க் என்ற இளைஞரும் 2000 ஆண்டுகளில் மார்ஸ் காலனி (Mars Colony) மற்றும் ராக்கெட் மீட்பு (அதாவது ராக்கெட்டை மீட்டு மீண்டும் பயன் படுத்துவது) பற்றி பேசும் போதெல்லாம் உலகம் ஏளனமாக பார்த்தது. மேலும் ஒரு தனியார் கம்பெனி ஓனர் விண்வெளி எதிர்கால தொழில் நுட்பங்களை பற்றி பேசும்போது நாசா போன்ற உச்சத்தில் இருந்த அரசு விண்வெளி மையங்கள் அவரின் பேச்சை செவி கொடுத்து கேட்க கூட இல்லை. அதையெல்லாம் தாண்டி, இன்று நாசாவே கூப்பிட்டு நிறைய ஒப்பந்தங்களை எலான் மஸ்கிடம் போட்டு வருகிறது. இதற்கு காரணம் அவரும் மற்றும் அவரின் அணியின் அயராத உழைப்பு. 1999 ல் பே பால் (Pay Pal) என்ற கம்பெனியை ஆரம்பித்து அதில் ஈட்டிய 166 மில்லியன் டாலர் பணத்தை கொண்டு வேறு சில கம்பெனிகளில் முதலீடு செய்தார். பேபால் கம்பெனியை இ-பேவிற்கு விற்று விட்டார். 2002ல் ஸ்பேஸ் எக்ஸ் என்ற தனது கனவான விண்வெளி நிறுவனத்தை தொடங்கினார். அதில் 90 மில்லியன் டாலர் முதலீடு செய்தார். தனது சொந்தப்பணத்தில் முதலில் தனி ஒருவராக இதை தொடங்கினார். பின்பு 2003ல் டெஸ்லா (TESLA) என்ற

கார் கம்பெனியை தொடங்கி 65 மில்லியன் டாலர் முதலீடும், 2006ல் சோலார் சிட்டி (Solar City) என்ற கம்பெனியை தொடங்கி 10 மில்லியன் டாலர் முதலீடு செய்தார். இருப்பினும் அவரின் முழுகவனமும் ஸ்பேஸ் எக்ஸ் நிறுவனம் மீது முதல் பத்து ஆண்டுகள் இருந்தது. சர்வதேச விண்வெளி மாநாடு (International Astronautical Conference) ஒவ்வொரு வருடமும் ஒவ்வொரு நாட்டில் நடைபெறும். தொடக்ககாலங்களில் இந்த மாநாடுகளில் இந்த இளைஞர் கலந்து கொண்டு அவரின் தொழில் நுட்பத்தை பற்றி பேசும்போது அத்தனை கவன ஈர்ப்பு பெறவில்லை. ஸ்பேஸ் எக்ஸ் தொடங்குவதற்கு முன்பு ரஷ்யாவிடமிருந்து குறைந்த விலையில் ராக்கெட் இஞ்சினை வாங்க முயற்சி செய்தார். அவர் எதிர்பார்த்த விலைக்கு கிடைக்கவில்லை. அந்த முடிவை கைவிட்டுத்தான் ஸ்பேஸ்-எக்ஸ் கம்பெனியை தொடங்கி குறைந்தவிலையில் ராக்கெட்டை தயாரிக்க முடிவு செய்தார் என்பது குறிப்பிடத்தக்கது. இந்த மாநாடுகளில் இவர் என்னால் குறைந்த விலையில் செயற்கைக்கோள்களை அனுப்பமுடியும் என்று சொல்லும் போது யாரும் நம்புவதாக இல்லை. தன்னுடைய முதல் மூன்று ராக்கெட் தோல்விகள் வந்தபொழுது மனம் தளராமல் மீண்டும் முயற்சி செய்து செப்டம்பர் 2008 அன்று ஃபால்கன்-1 ராக்கெட்டை வெற்றிகரமாக விண்ணில் செலுத்தினார். இந்த வெற்றிக்கு பிறகு வெற்றிக்கான சூட்சுமத்தை கண்டறிந்து இன்றுவரை விண்வெளி வெற்றி பயணங்களை தொடர்ந்து வருகிறார். திரவ எரிபொருள் ராக்கெட்டை விண்ணுக்கு செலுத்திய முதல் தனியார் முதலீடு செய்த விண்வெளி நிறுவனம் என்ற பெயர் பெற்றது. இதற்கு பிறகு கண்ட வெற்றிகளில் நிறைய முதல் வெற்றிகள் கண்ட கம்பெனி என்ற வாசகத்தை உலக அரங்கில் ஸ்பேஸ் எக்ஸ் நிறுவனம் பதிவு செய்தது. அதாவது முதல் வணிக செயற்கை கோளை விண்ணில் ஜூலை 2009ல் செலுத்தியது. இதேபோல் முதன் முதலில் ஆளில்லா ட்ராகன் விண்கலத்தை டிசம்பர் 2010ல் விண்ணில் சுற்றுப்பாதையில் செலுத்தி பத்திரமாக மீட்டு எடுத்தது. ஆளில்லா ஸ்பேஸ் எக்ஸ் விண்கலத்தை மே 2012ல் சர்வதேச விண்வெளி நிலையத்திற்கு அனுப்பியது. இதேபோல் டிசம்பர் 2015ல் விண்வெளியின் சுற்றுப்பாதைக்கு சென்ற ஃபால்கன்-9 ராக்கெட்டின் முதல் நிலையை நிலத்தில் மீட்டெடுத்து மிகப் பெரிய சாதனை படைத்தது. மேலும் ஏப்ரல் 2016ல் ராக்கெட்டின் முதல் நிலையை கடலில் மேடை அமைத்து மீட்டு எடுத்தது. இந்த மீட்டு எடுத்த ராக்கெட்டின் முதல் தளத்தை மீண்டும் மார்ச் 2017ல் விண்ணில்

செலுத்தி இரண்டாவது முறையாக மீட்டு எடுத்து சாதனை செய்தது. அதாவது நம்பகத்தன்மை குறைந்த இந்த மீட்டெடுத்த ராக்கெட்டின் முதல் தளத்தை புதுப்பித்து பழுதான பாகங்களை சரி செய்து வாடிக்கையாளர்களுக்கு நம்பிக்கை கொடுத்து வெற்றி கண்டது. உலகின் மிகப்பெரிய வணிக செயற்கைகோள் விண்மீன்களின் தொகுப்பான ஸ்டார்லிங்க் (Starlink) ஆபரேட்டரை வைத்துள்ள, செயற்கைகோள்கள் மூலம் அதிவேக இன்டர்நெட் கொடுக்கும் நிறுவனம் என்ற பெயரை ஜனவரி 2020ல் பெற்றது. மனித மதிப்பீடு செய்யப்பட்ட (Human rated) ஆளில்லா விண்கலத்தை (ஃக்ரூ ட்ராகன் டெமோ-1) சர்வதேச விண்வெளி நிலையத்தோடு தன்னிச்சையாக நிலை நிறுத்திய முதல் தனியார் நிறுவனம் என்ற பெருமையை மார்ச் 2019ல் நிகழ்த்தியது. இந்த வெற்றி மூலம் விண்வெளி வீரர்களை சர்வதேச விண்வெளி நிலையத்திற்க்கு அனுப்பும் திட்டத்திற்கு நாசா அனுமதி வழங்கியது. விண்வெளி வீரர்களை சர்வதேச விண்வெளி நிலையத்திற்கு அனுப்பிய முதல் தனியார் நிறுவனம் என்ற பெருமையை உலகமே கோவிட்-19 ல் பாதிக்கப்பட்டிருந்தபொழுது மே 2020 அன்று நிகழ்த்தியது.

அடுத்ததாக நாசாவால் சான்றழிக்கப்பட்ட மனிதவிண்கலத்தில் (Crew-1) வணிக முறையின் படி நான்கு விண்வெளிவீரர்களை ஸ்பேஸ் எக்ஸின் ஃபால்கன்-9 முழு உந்துதல் ராக்கெட் மூலம் சர்வதேச விண்வெளி நிலையத்திற்கு (ஐ.எஸ்.எஸ்) நவம்பர் 2020 அன்று அனுப்பி உலக வரலாறு படைத்தது. இந்த நான்கு வீரர்களும் ஐ.எஸ்.எஸ்-ல் ஆறு மாதம் காலம் தங்கி இருந்து விட்டு மே 2021 அன்று அதே ட்ராகன் விண்கலத்தில் பூமிக்கு திரும்பினார்கள். இதே போல் இன்னுமொரு சாதனையை ஏப்ரல் 2021ல் நிகழ்த்தியது. அதாவது ஏற்கனவே மீட்டெடுத்த ராக்கெட்டின் முதல் நிலை மற்றும் ட்ராகன் விண்கலம் மூலம் நான்கு விண்வெளி வீரர்களை ஐ.எஸ்.எஸில் அனுப்பி வரலாறு படைத்தது.

இத்தனை பெரிய சாதனைகளை செய்த ஸ்பேஸ் எக்ஸ் நிறுவனத்திற்கு நாசாவின் மற்ற ஏல ஒப்பந்தங்கள் அத்தனை சுலபமாக கிடைக்கவில்லை. இத்தனைக்கும் விண்வெளித்துறையில் ஒரு பெரும் புரட்சியை ஏற்படுத்தி மலிவு விலையில் விண்வெளிப்பயணம் மற்றும் சிறிய, பெரியவகை செயற்க்கைகோள்களை சுற்றுப்பாதையில் அனுப்பமுடியும் என்று உலகத்திற்கு நிரூபித்த நிறுவனம். ஏற்கனவே ஸ்பேஸ் எக்ஸ் நிறுவனம் 2.6 மில்லியன் டாலர் மதிப்புள்ள ஆறுமுறை சர்வதேச விண்வெளி நிலையத்திற்கு ஒவ்வொருமுறையும் நான்கு விண்வெளி

வீரர்களை கொண்டு செல்வதற்கான ஒப்பந்தத்தை 2014 வருடம் பெற்றது. அதேநேரத்தில் போயிங் நிறுவனமும் ஸ்டார் லைனர் என்ற விண்கலம் தயாரிக்க 3.9 மில்லியன் டாலர் ஒப்பந்தம் நாசாவிடம் பெற்றது. நாசாவுடன் உள்ள ஒப்பந்தப்படி ஸ்பேஸ் எக்ஸ் இரண்டு முறை மேலே கூறியது போல் வீரர்களை தன்னுடைய ராக்கெட்டில் விண்ணில் செலுத்தியுள்ளது. அதில் ஒரு முறை ஏப்ரல் 2021-ல் பயன் படுத்திய முதல் நிலை ராக்கெட் மற்றும் விண்கலத்தை மீண்டும் பயன்படுத்தி விண்வெளி வீரர்களை விண்ணில் செலுத்தி பெரும் லாபத்தை ஈட்டியது. மேலும் இவ்வாறாக 41 தடவை ராக்கெட்டின் பூஸ்டரை மீட்டெடுத்து மீண்டும் பயன்படுத்தியதன் மூலம் 1.4 பில்லியன் டாலர் (தோராயமாக இன்றைய இந்திய மதிப்பில் 10,000 கோடி ரூபாய்) வருவாய் லாபமாக பெற்றுள்ளது. ஐம்பது ஆண்டுகளுக்கு முன்பு நாசாவின் அப்பல்லோ திட்டம் மனிதர்களை சந்திரனில் தரையிறக்கி பூமிக்கு பாதுகாப்பாக திரும்பி அனுப்ப முடியும் என்பதை நிரூபித்தது. இப்பொழுது மீண்டும் அமெரிக்கா 2024-ம் ஆண்டு விண்வெளி வீரர்களை சந்திரனில் தரையிறக்க திட்டமிட்டுள்ளது. இதில் முதல் பெண் விண்வெளி வீராங்கனையை சந்திர மேற்பரப்பில் கால் வைப்பதை முதல் திட்டமாக (ஆர்ட்டெமிஸ் திட்டம்) கொண்டுள்ளது. இந்த திட்டத்திற்கான ஒப்பந்தத்தை வெல்ல அமேசான் நிறுவனர் ஜெஃப் பெசோலின் புளூ ஆரிஜின் (Blue Origin) மற்றும் அலபாமாவைச் சேர்ந்த டைனடிக்ஸ் (Dynestics) நிறுவனத்திற்கு எதிராக ஸ்பேஸ் எக்ஸ் போட்டியிட்டது. இதில் ஸ்பேஸ் எக்ஸ் 2.9 பில்லியன் டாலர் (21,000 கோடி) ஒட்பந்தத்தை மார்ச் 2021ல் பெற்றுள்ளது. ஸ்டார்சிப் (Starship) என்ற ஸ்பேஸ் எக்ஸின் சூப்பர் ஹவிராக்கெட்டைப்பயன்படுத்தும் முழுமையான ஒருங்கிணைந்த லேண்டரை உருவாக்க இந்த ஒப்பந்தத்தை செய்துள்ளது. இவ்வாறு ஸ்பேஸ் எக்ஸ் என்ற தனியார் நிறுவனம் விண்வெளி வர்த்தகத்தில் உலக அரங்கில் கோலேச்சி வருகிறது. 2020-ல் 46 பில்லியன் டாலராக (3.3 லட்சம் கோடி) இருந்த எலான் மஸ்கின் சொத்துமதிப்பு கொரோனாவையும் புறந்தள்ளி 2021ல் மூன்று மடங்கிற்கு மேலும் உயர்ந்து 180 பில்லியன் டாலராக (13 லட்சம் கோடி) ஆனது. சந்திரனில் தரை இறக்கும் திட்டத்தில் ஸ்பேஸ் எக்ஸ் மற்றும் நாசா வெற்றி பெற்றால் மனித குலத்தை நிலையான சந்திர ஆய்வுக்கான பாதையில் கொண்டு செல்லும். மேலும் எதிர்காலத்தில் உள்ள பயணங்களும் சாத்தியமாகும் என்பதில் எந்தவிதமான மாறுபட்ட கருத்தும் இல்லை என்பதே உண்மை.

4

ஸ்பேஸ்-எக்ஸ் மற்றும் நாசா ஒரு ஒப்பீடு

நாசா என்பது வரி செலுத்துவோர் நிதி அளிக்கும் அமெரிக்க அரசு நிறுவனம். இந்த அரசு நிறுவனமான நாசா கடந்த 50 ஆண்டுகளில் பிற விண்வெளி ஒப்பந்தக்காரர்களுடன் (லாக் ஹீட்மார்ட்டின், தியோகால், ஏரோஜெட் மற்றும் யு.எல்.ஏ) இணைந்து ராக்கெட் இஞ்சின்களை உருவாக்கி செயற்கைகோள்கள் மற்றும் மனிதர்களை விண்ணில் செலுத்தி வந்தது. ஆனால் கடந்த பதினைந்து வருடங்களாக ஸ்டார்ட் அப் நிறுவனங்களும் விண்வெளி துறையில் போட்டியிட முடியும் என்பதை நிரூபித்து உள்ளன. அதில் ஒன்று தான் ஸ்பேஸ்-எக்ஸ் என்ற தனியார் விண்வெளி நிறுவனம். இது உலகில் உள்ள அரசு மற்றும் தனியார் விண்வெளி நிறுவனங்களுடன் போட்டியிட்டு வெற்றிகளை குவித்து வருகிறது. குறிப்பாக அறிவியல் புனைக்கதைகளில் (Science Fiction) கற்பனையாக வருவதை நிஜமாக்கி கொண்டு இருக்கின்றது. அதாவது ராக்கெட்டுகளை மீட்டெடுத்து மீண்டும் பயன்படுத்துவது மற்றும் மற்ற கிரகத்திற்கு சென்று வருவது இவையெல்லாம் நாம் கற்பனையாக நினைத்தவை. இவையெல்லாம் சாத்தியமே என்று தன்னுடைய தொடர் முயற்சிகள் மூலம் நிரூபித்து வருகிறது.

இப்படி நம்பமுடியாத ஸ்பேஸ் எக்ஸின் வெற்றிகளை பார்க்கும்போது நாசா தேவையா என்று எல்லோரும் ஆச்சரியப்படலாம். மேலும் நாசாவும், ஸ்பேஸ் எக்ஸும் ஒருவருக்கொருவர் போட்டியிடுகின்றதா என்று நினைக்க தோன்றும். உண்மையில் இரு அமைப்புகளும் மிகவும் வித்தியாசமான காரியங்களை செய்து வருகின்றன. வெற்றிக்காக ஒருவரையொருவர் சார்ந்து இருக்கின்றன என்பதே நிஜம். சில நேரங்களில் விண்வெளி ஆய்வு நம்மில் மிகச்சிறந்ததை வெளிப்படுத்தும். உதாரணமாக முதன்முதலில் மனிதனை நிலவுக்கு அனுப்பி நாசா மட்டும் வெற்றியை கண்டது. ஆனால் நாசா போன்ற அரசு நிறுவனங்களும் ஸ்பேஸ் எக்ஸ் போன்ற தனியார் நிறுவனங்களும் இணைந்து விண்வெளி ஆய்வில் செயல் படும்போது அனைவரும் வெற்றிபெற்று

சமூகத்திற்கு பங்காற்ற முடியும் என்று நாசா ஆணித்தரமாக நம்புகிறது.

விண்வெளிப்பயணத்தின் செலவைக்குறைக்கும் புதிய தொழில்நுட்பங்களுக்கு தான் உலகில் உள்ள அனைத்து விண்வெளி நிறுவனங்களும் முக்கியத்துவம் கொடுத்து ஆராய்ச்சி செய்து வருகின்றன. இதில் ஸ்பேஸ் எக்ஸ் மற்ற நிறுவனங்களோடு ஒப்பீடும் போது மிக பெரிய வெற்றி பெற்று பொதுமக்களிடம் விண்வெளி பயணத்தில் ஆர்வத்தை தூண்டியது. ஸ்பேஸ் எக்ஸ் நாசாவுடன் இணைந்து புதிய தலைமுறையினரை உற்சாகமும் ஆர்வமும் உள்ள விண்வெளித் துறையில் ஈடுபட ஊக்கமளித்து வருகிறது. தன்னுடைய மிகச்சிறந்த தொழில் நுட்பம் மற்றும் மறுபயன்பாடு மூலம் மிகக்கறைந்த விலையில் விண்வெளி போக்குவரத்தை உருவாக்கியது. இதனால் மிகப்பெரும் தொகையை ரஷ்யாவிற்கு கொடுத்து வந்த நாசா இப்பொழுது ஸ்பேஸ் எக்ஸ் மூலம் குறைந்த விலையில் சர்வதேச விண்வெளி நிலையத்திற்கு விண்கலங்கள், சரக்குகள், ஆய்வுக்கருவிகள் மற்றும் பறக்கும் விண்வெளி வீரர்கள் குழுவை அனுப்பி பயன் பெற்று வருகிறது. 1970களில் தன்னுடைய விமான வகை விண்வெளி ஓடங்களை (Space Shuttle) பயன் படுத்தி வந்தது. ஒரு கிலோ பொருள் சர்வதேச விண்வெளி நிலையத்திற்கு அனுப்ப 54500 டாலர் என்ற வகையில் செலவு இருந்தது. மேலும் 14 விண்வெளி வீரர்களை இரண்டு விபத்துகள் மூலம் இழக்கவும் நேர்ந்தது. ஆனால் ஸ்பேஸ் எக்ஸ் தன்னுடைய ஃபால்கன் ராக்கெட் மூலம் ஒரு கிலோவை சர்வதேச விண்வெளி நிலையத்திற்கு அனுப்ப 2720 டாலர் மட்டுமே வசூல் செய்கின்றது. மேலும் வீரர்கள் ஆபத்தில் வெளியேறக்கூடிய பாதுகாப்பு அம்சமும் உள்ளது. இதற்கு முன்பு ஜூலை 8,2011 ல் விண்வெளி விண்கலம் திட்டம் அட்லாண்டிஸ் என்ற விண்கலத்தை ஏவிய உடன் முடிவு பெற்றதாக நாசா அறிவித்த பிறகு இதற்கு மாற்றாக வேறு ராக்கெட் மற்றும் புதிய மனித திறன் கொண்ட விண்கலம் உருவாக்கமுடியவில்லை. இதற்கு காரணம் நாசா தேவையான நிதியை பெறவில்லை என்பதைக் காட்டிலும் அந்த விண்வெளி விண்கலத்திற்கு பெரிய தொகையான வருடத்திற்கு 3.5 பில்லியன் டாலர் செலவு செய்ததே ஆகும். அதாவது ஒரு விண்வெளி விண்கலப் பயணத்திற்கு 1.5 பில்லியன் டாலர் செலவு செய்துள்ளது. ஏழு பேர் பயணம் செய்யக்கூடிய இந்த விண்வெளி விண்கலத்தில் ஒரு விண்வெளி வீரருக்கு 200 மில்லியன் டாலர் தோராயமாக செலவு செய்துள்ளது.

இதனால் ஐ.எஸ்.எஸ் க்கு சரக்கு மற்றும் குழுவினரை அனுப்புவதற்கு ஒரு மாற்று தேவையை எதிர்பார்த்து ஒரு புதிய திட்டத்துடன் விண்வெளித்துறையை நோக்கி நாசா திரும்பியது. நாசாவுக்கு சொந்தமான ராக்கெட்டுகளை, நாசா சொந்தமாக ஏற்படுத்தி கொடுத்த தொழிற்சாலைகளில் உருவாக்குவதற்கு தான் இதுவரை லாக்ஹிட் மார்ட்டின் போன்ற நிறுவனங்களுடன் ஒப்பந்தம் போட்டது. இதற்கு மாறாக ராக்கெட் வாகனங்களை வடிவமைத்து உருவாக்குவதற்கு பணம் கொடுத்து தனியார் நிறுவனங்களுடன் ஒப்பந்தம் போட முடிவு செய்தது. அதாவது அப்படி உருவாக்கி வெற்றிபெற்ற ராக்கெட்டுகளை விலை கொடுத்து வாங்கி பயன்படுத்துவது என்று முடிவானது. இப்படித்தான் 2003ல் கொலம்பியா விண்கலத்தின் ஆபத்திற்கு பிறகு 2008ல் ஸ்பேஸ்-எக்ஸ் நிறுவனத்துடன் ஐ.எஸ்.எஸ்க்கும் சரக்குகளை கொண்டு செல்ல தேவையான ஃபால்கன்-9 ராக்கெட் மற்றும் ட்ராகன் விண்கலங்களை உருவாக்க ஒப்பந்தம் போட்டது. அதற்கு முன்பு மூன்று தோல்விகளுக்கு பிறகு நான்காவது முயற்சியில் செப்டம்பர் 2008ல் ஃபால்கன்-1 ராக்கெட்டை வெற்றிகரமாக ஸ்பேஸ்-எக்ஸ் ஏவி இருந்தது. திவாலாகி இருக்கவேண்டிய ஸ்பேஸ்-எக்ஸ் நிறுவனத்திற்கு நாசாவின் மேலேகூறிய 280 மில்லியன் டாலர் ஒப்பந்தம் மிகப்பெரிய ஊக்குவிப்பாக இருந்தது. ஏனென்றால் நிறுவனம் தொடங்கிய ஆறு வருடத்தில் இந்த ஒப்பந்தத்தை ஸ்பேஸ்-எக்ஸ் நிறுவனத்தை நம்பி நாசா கொடுத்தது. இதை நிரூபிக்கும் வகையில் ஸ்பேஸ்-எக்ஸ் நான்கே வருடத்தில் மே மாதம் 2012ல் (அதாவது விண்வெளி விண்கலம் ஓய்வு பெற்ற ஒரே வருடத்தில்) தன்னுடைய முதல் ட்ராகன் சி-2 விண்கலத்தை ஃபால்கன்-9 ராக்கெட் மூலம் சர்வதேச விண்வெளி ஆராய்ச்சி நிலையத்திற்கு அனுப்பி சாதனை படைத்தது. இவ்வாறாக தன்னை நம்பிய நாசாவுக்கு இந்த வெற்றியின் மூலம் ஸ்பேஸ்-எக்ஸ் மிகப்பெரிய பலத்தை உலக அரங்கில் விண்வெளி ஆராய்ச்சியில் கொடுத்தது. இதற்கு பின்பு ஸ்பேஸ்-எக்ஸ் 2.6 மில்லியன் டாலர் ஒப்பந்தத்தை நாசாவிடம் பெற்றது. இந்த ஒப்பந்தமானது மனிதன் செல்லக்கூடிய ட்ராகன் விண்கலத்தை உருவாக்கி. ஆறு வாகனங்கள் மூலம் நாசாவின் விண்வெளிவீரர்களை வாணிப முறையில் ஐ.எஸ். எஸ்க்கு அனுப்புவதாகும். நாசாவின் பட்ஜெட்டில் கிட்டத்தட்ட பாதி இந்த மாதிரி மனிதவிண்வெளி பயண திட்டங்களுக்கு தனியார் நிறுவனங்களிடம் (ஸ்பேஸ் எக்ஸ் மற்றும் போயிங்) கொடுத்து வருகிறது. பட்ஜெட்டின் மீதியானது அதன் அறிவியல்

ஆராய்ச்சி பிரிவுக்கு செல்கிறது. இதில் கிரக அறிவியல், பூமி அறிவியல், வானியற்பியல் மற்றும் ஹீலியோ பிசிக்ஸ் ஆகியவை அடங்கும். மேலும் கிரகங்களையும், பிற உலகங்களையும் ஆராய்ச்சி செய்வதற்கும், ஆராய்வதற்கும் பூமியின் காலநிலையைப் படிப்பதற்கும், பிரபஞ்சத்தின் தன்மை குறித்த அடிப்படை கேள்விகளுக்கு பதில் அளிப்பதற்கும், சூரியனைப்படிப்பதற்கும் நாசா தனது விண்வெளி பயண ஆராய்ச்சியில் தொடர்ந்து கவனம் செலுத்தி வருகிறது. மேலும் செவ்வாய் கிரகத்தில் ஹெலிகாப்டர் பறக்க விட்டு நாசா சாதனை செய்துள்ளது.

இப்பொழுது எந்த நாடு முதலில் சந்திரன் அல்லது செவ்வாய் கிரகத்தில் தனது மனிதர்கள் வாழக்கூடிய காலனி அமைக்கப்போகிறது என்பதற்கான ஒரு அறிவியல் போர் நடைபெற்று வருகிறது. அப்படி ஒரு காலனி விண்வெளியில் அமைக்கும்பொழுது விண்வெளி வீரர்களுக்கு முக்கிய ஊட்டச்சத்துடன் கூடிய கூடுதலான உணவு தேவைகளை வழங்க வேண்டும். இந்த தேவையை ஒவ்வொரு முறையும் பூமியிலிருந்து அனுப்பவது என்பது நிரந்தர தீர்வாக இருக்காது. எனவே சந்திரன் அல்லது செவ்வாயில் அமைக்கும் காலனியில் வீரர்களே உணவை உற்பத்தி செய்து கொள்ள வேண்டும். ஏனென்றால் குறைந்தது இரண்டு ஆண்டுகள் செவ்வாய் கிரக பணிகள் மேற்கொள்ள அங்கு தங்கி இருக்கவேண்டும். இதன் முன்னோட்டமாக முதலில் நாசா சர்வதேச விண்வெளி நிலையத்தில் முள்ளங்கிகள் வளர்த்து இருக்கின்றது. அங்கு அறுவடை செய்யப்படும் முள்ளங்கி மாதிரிகள் பூமிக்கு திருப்பி அனுப்பி ஆய்வுக்கு உட்படுத்தும் என்று நாசா தெரிவித்துள்ளது. இவ்வறாக நாசாவும் ஸ்பேஸ் எக்ஸ்ம் தங்களுக்கான பணிகளை பிரித்துக்கொண்டு விண்வெளி ஆராய்ச்சியில் ஈடுபட்டு வருகின்றன. மேலும் ஆர்டெமிக்ஸ் (Artemics) என்ற திட்டத்தின் மூலம் நாசாவும் ஸ்பேஸ் எக்ஸ் நிறுவனமும் இணைந்து முதல் பெண் விண்வெளி வீராங்கனையை சந்திரனின் மேற்பரப்புக்கு அனுப்புவதற்கு பணியாற்றி வருகிறது. மேலும் பல்வேறு விண்வெளி தொழில்நுட்ப மேம்பாட்டு முயற்சிகளுக்கு நிதி அளித்தும் மற்றும் பரந்த அளவிலான சமூக மற்றும் பொருளாதார நன்மைகளை நாசா நிறுவனம் அமெரிக்கர்களுக்கு வழங்கி வருகின்றது. மேலும் ஸ்பேஸ் எக்ஸுடன் ஏற்ப்படுத்திய ஒப்பந்தத்தால் சர்வதேசவிண்வெளி நிலையத்திற்கு செல்லும் ஒரு விண்வெளி வீரருக்கு 55 மில்லியன் டாலர் மட்டுமே செலவழிக்கிறது. இதனால் வரிசெலுத்தும்

4.1 செவ்வாய் கிரகத்தில் இன்ஜெனியூட்டி என்ற ஹெலிகாப்டர் பறக்கவிட்ட நாசா

அமெரிக்கர்களின் பணம் வீணாக செலவழிக்கப்படுவது தடுக்கப்பட்டுள்ளது என்று நாசா பெருமையுடன் கூறியுள்ளது.

விண்வெளி ஆராய்ச்சி போட்டியில் நாசா ஸ்பேஸ் எக்ஸ் உடன் இணைந்து ரஷ்யா மற்றும் சீனா நாடுகளுக்கு கடும் போட்டி கொடுப்பதோடு அல்லாமல், போட்டியில் வெற்றி பெறுவதற்கான பெரும் முயற்சிகளை எடுத்து வருகிறது. எதுவாயினும் மிகக்குறைந்த விலையில் சாதாரண மனிதன் கூட விண்வெளிக்கு சென்று வரும் நாள் மிக அருகில் தான் உள்ளது என்பதை ஸ்பேஸ் எக்ஸ் தனது வலுவான தொழில் நுட்பத்தின் மூலம் ஒவ்வொருநாளும் நிரூபித்து வருகின்றது.

5

மெர்லின் எஞ்சின் வளர்ச்சி

ஸ்பேஸ்- எக்ஸ் 2002ல் நிறுவப்பட்டதிலிருந்து பல ராக்கெட் என்ஜின்களை உருவாக்கியுள்ளது. ஏவுகணை வாகனங்களில் பயன்படுத்த மெர்லின், கெஸ்ட்ரல் மற்றும் ராப்டர் இஞ்சின்களை உருவாக்கியது. இது போக ட்ராகன் விண்கலத்தில் எதிர்வினை கட்டுப்பாடு அமைப்புக்கு (Reaction Control System) பயன்படும் சிறிய வகை ட்ராகோ இஞ்சினை (உந்துதல்-400 N) வடிவமைத்தது. மேலும் ராக்கெட்டில் பழுது ஏற்படும்போது விண்வெளிவீரர்கள் விரைவாக வெளியேறுவதற்கு சூப்பர் ட்ராகோ எஞ்சின்கள் (Super Draco Engines) க்ரூ ட்ராகன் (Crew Dragon) விண்கலத்தில் பொருத்தப்பட்டிருக்கும். இதையும் வடிவமைத்து உருவாக்கி இருந்தது. இதன் ஒரு இஞ்சினின் உந்துதல் 7.5 டன் ஆகும்.

மெர்லின்(Merlin) எஞ்சின்தான் ஆரம்பகால ஸ்பேஸ் எக்ஸ் ராக்கெட்டான ஃபால்கன்-1ல் பயன் படுத்தப்பட்டது. இரண்டு நிலை அடுக்குகொண்ட ஃபால்கன்-1 ராக்கெட்டின் முதல் கட்டத்தை (First Stage) இயக்குவதற்கு இந்த மெர்லின் முதன் முதலில் பயன்படுத்தப்பட்டது. கெஸ்ட்ர ல் என்ற எஞ்சின் ராக்கெட்டின் இரண்டாம் நிலையில் பயன்படுத்தப்பட்டது. இப்போது ஃபால்கன்-9 (Falcon 9) மற்றும் ஃபால்கன் ஹெவி (Falcon Heavy) வாகனங்களின் இரு நிலைகளிலும் மெர்லின் இஞ்சின் பயன் படுத்தப்படுகிறது. இந்த மெர்லின் எஞ்சின் என்பது ஒரு எரிவாயு-ஜெனரேட்டர் சக்தி சுழற்சியில் (Gas Generator Power Cycle - GG Cycle) இயங்கக்கூடிய, திரவ ஆக்சிஜன் (LoX) மற்றும் RP-1 எனப்படும் விண்வெளி ராக்கெட் தரம் வாய்ந்த மண்ணெண்ணெய் ஆகியவற்றை உந்து சக்திகளாக (Propellants) பயன் படுத்தும் ராக்கெட் இயந்திரங்களின் குடும்ப வகையைச் சேர்ந்தது. மெர்லின் எஞ்சின் ஒரு பிண்டில் இன்ஜெக்டரைப் (Pintle Injector) பயன்படுத்தி ஆழமான தூண்டுதல் திறனை (Deep Throttle Capability) வழங்குகிறது.

அதாவது 100 சதவீதம் உள்ள இஞ்சினின் உந்து சக்தியை (Thrust) வேறுபடுத்தி 40 சதவீதம் வரை கொடுக்கும். இது ஃபால்கன்-9 ராக்கெட் தரையிறக்கங்களின் போது மட்டும் பயன் படுத்தப்படும். உந்து சக்திகள் ஒற்றை தண்டு (Single Shaft) மற்றும் இரட்டை தூண்டுதல் டர்போ பம்ப் (Dual Impeller Turbo Pump) வழியாக சென்று இஞ்சினை இயக்குகிறது. இதில் உள்ள டர்போபம்ப் ராக்கெட்டின் முதல் நிலையில் உள்ள ஹைட்ராலிக் ஆக்சுவேட்டருகளுக்கு (Hydraulic Actuators) உயர் அழுத்த திரவத்தை வழங்குகிறது மற்றும் குறைந்த அழுத்தத்தில் நுழைவாயிலில் மறு சுழற்சி செய்கிறது. இதனால் ஒரு தனியான ஹைட்ராலிக் டிரைவ் அமைப்பு (Hydraulic Drive System) இதற்கு தேவைப்படுவதில்லை. இதன் மூலம் ஹைட்ராலிக் திரவம் இல்லாமல் ராக்கெட் கட்டுப்பாட்டை இழந்து உந்துதல் மூலமாக வேறு திசையில் (Thrust Vectoring Control) சென்று தோல்வி அடைவதற்கான சாத்தியமில்லை. ஸ்பேஸ்-எக்ஸ் 2003ல் தொடங்கி மெர்லின்-1ஏ, மெர்லின் -1பி, 1சி மற்றும் மெர்லின்-1 டி என்று விதமான இஞ்சின் வடிவமைப்புகளை உருவாக்கியது. ஒவ்வொரு வகையும் அதன் உருவம், வடிவம், கட்டமைப்பு, மற்றும் செயல்திறனைக்கொண்டு வேறுபட்டவை. இந்த மெர்லின்

5.1 டெக்சாஸில் உள்ள ஸ்பேஸ் எக்ஸ்ன் மெர்லின் மற்றும் மற்ற இஞ்சின்களின் சோதனை செய்யும் வசதி.

5.2 மெர்லின் இஞ்சின் மற்றும் மற்ற ராக்கெட் இஞ்சின்கள் ஒப்பீடு

1ஏ மற்றும் 1பி இஞ்சின்களை ஸ்பேஸ் எக்ஸ் தொடக்க காலத்தில் வடிவமைத்து அதன் மூலம் நல்ல தரவுகளை எடுத்தது. இதன் மூலம் கிடைத்த அனுபவங்களைக் கொண்டு முன்பைவிட நல்ல திறன் கொண்ட மெர்லின்- 1சி இஞ்சினை வடிவமைத்து ஃபால்கன்-1 ராக்கெட்டில் பயன்படுத்தி மேலே கூறியது போல் முதல் வெற்றியை 2008 செப்டம்பரில் பெற்றது. இதற்கு முன்பு மூன்று முறை ராக்கெட், தோல்வியை சந்தித்து இருந்தது என்பது குறிப்பிடத்தக்கது. இந்த மெர்லின்-1 சி இஞ்சினின் உலர் எடை 630 கிலோ மற்றும் இதனுடைய உந்துதல்-எடை விகிதம் (Thrust to weight ratio-T/W) என்பது 96 ஆகும்.

இதைவிட செயல்திறன் கூடி உள்ள மெர்லின் இஞ்சினை உருவாக்க 2009 முதல் முயற்சி செய்து 2012-ல் மெர்லின்-1டி எஞ்சினை உருவாக்கியது. இந்த 1 டி இஞ்சின் மேம்பட்ட செயல்திறன், உற்பத்தி திறன் மற்றும் அதிக நம்பகத்தன்மை கொண்டதாக இருந்தது. கலவை விகிதத்தின் (Mixture Ratio) சிறந்த கட்டுப்பாட்டை வழங்க சர்வோ மோட்டார் மூலம் கட்டுப்படுத்தப்படும் (Servo Motor Controlled) பட்டர்பிளே வால்வு பயன்படுத்தப்பட்டுள்ளது. இந்த எஞ்சினை மறுசெய்கை செய்து மேம்படுத்தப்பட்ட இஞ்சினாக 2018ல் உருவாக்கியது. இந்த மெர்லின் 1 டி எஞ்சினின் தோராய உலர் எடை 500 கிலோ மற்றும் இதனுடைய உந்துதல்-எடை விகிதம் என்பது 185 ஆகும். இந்த இஞ்சினின் கடல் மட்ட உந்துதல் (Sea level Thrust) 85 டன் ஆகும். இதே எஞ்சின் வெற்றிடத்தில் கொடுக்கும் உந்துதல் (Vaccum level Thrust) 92 டன் ஆகும். இந்த அதிகபட்ச உந்துதலில் இருந்து 40 சதவீதம் வரை குறைத்து 36 டன் என்ற அளவிற்கு வேலை செய்யும். இந்த இஞ்சினின் விரிவாக்க விகிதத்தை

(Expansion Ratio) மாற்றி ராக்கெட்டின் முதல் நிலை மற்றும் இரண்டாம் நிலைகளில் பயன் படுத்தமுடியும். ராக்கெட்டின் முதல் நிலை *80-90* கி.மீ வரை மேலே சென்று பின்பு ராக்கெட்டிலிருந்து பிரிந்து விடும். அந்த முதல் நிலையை மீட்டெடுப்பதற்கு இந்த *40* சதவீதம் உந்துதல் குறைந்த இஞ்சினை பயன்படுத்தி மெதுவாக மீண்டும் கட்டுபடுத்தப்பட்டு பூமியில் செங்குத்தான முறையில் இறக்க முடியும். அதற்காகத்தான் ஸ்பேஸ்-எக்ஸ் மெர்லின் *1* டி இஞ்சினை வடிவமைத்து இருந்தது. *50* ஆண்டுகால விண்வெளி வரலாற்றில் ஸ்பேஸ் எக்ஸ் மற்றும் ஃபுளூ ஆர்ஜின் என்ற தனியார்

5.3 மெர்லின் *1* டி இஞ்சின் - பால்கன்-*9* எப்.டி. பி.*5* ராக்கெட்டில் உள்ளது.

நிறுவனம் மட்டுமே இந்த உந்துதல் குறைக்கும் இஞ்சினை வடிவமைத்து மீட்டு வெற்றி கண்டு உள்ளது.

1974ல் ராக்கெட்டைன் நிறுவனத்தால் உருவாக்கப்பட்ட ஆர்-எஸ் 27 என்ற இஞ்சினின் கடல் மட்ட உந்துதலும் இந்த மெர்லின் 1டி இஞ்சினுக்கு அருகில் உள்ளது. இந்த ஆர் எஸ் -27 இஞ்சின் சாட்டன் 1, சாட்டன் 1பி மற்றும் டெல்டா-2 என்ற அமெரிக்க ராக்கெட்டுகளின் முதல் நிலையில் பயன்படுத்தப்பட்டுள்ளது. ஆனால் இதன் உலர் எடை மெர்லின் 1டி இஞ்சினை விட இரண்டு மடங்கானது. அதாவது 1027 கிலோ எடை கொண்டது மற்றும் உந்துதல்-எடை விகிதம் 99 ஆகும். இதுவரை உருவாக்கப்பட்ட இஞ்சின்களோடு மெர்லின் 1டி இஞ்சினை ஒப்பிடும்போது அதிக உந்துதல்-எடை விகிதம் கொண்டதாக மெர்லின் 1டி இருக்கிறது. உதாரணமாக இப்பொழுது பயன்பாட்டில் உள்ள ரஷ்யாவின் புரோட்டான்-எம் ராக்கெட்டின் முதல் நிலையில் உள்ள ஆர் டி 275 எம் (RD 275 M) இஞ்சினின் உந்துதல்-எடை விகிதம் 156.2 மட்டுமே. நல்ல செயல்திறன் கொண்ட இஞ்சின் என்பது குறைவான எடையில் அதிக உந்துதல் (Thrust) கொடுக்கவேண்டும். அதாவது அதிக உந்துதல்-எடை விகிதம் உள்ள இஞ்சினே சிறந்த செயல்திறனும் மற்றும் குறைவான செலவில் உருவாக்கமுடியும். அப்பல்லோ விண்கலத்தை கொண்டு சென்ற சாட்டன்-5 ராக்கெட்டின் முதல் நிலையில் பயன்படுத்தப்பட்ட ஒரு எப்-1 இஞ்சினின் உந்துதல் எடை விகிதம் 94. அமெரிக்காவின் விண்வெளி விண்கல ஓடத்தை கொண்டு சென்ற ராக்கெட்டின் முதல் நிலையில் பயன்படுத்தப்பட்ட ஆர் எஸ்-25 இஞ்சினின் உந்துதல் எடை விகிதம் 73 என்பதாகும். இதே போல் அட்லஸ்-5 ராக்கெட்டின் முதல் நிலையில் பயன்படும் ஒரு ஆர் டி 180 (RD 180) ராக்கெட் இஞ்சினின் உந்துதல் எடை விகிதம் 78.5 ஆகும் என்பது குறிப்பிடத்தக்கது. இந்த ஒரு இஞ்சினின் உந்துதல் 400 டன் ஆகும். எரிபொருள் தீர்ந்தபிறகு அட்லஸ் ராக்கெட்டின் முதல்நிலை எடை என்பது 21 டன் ஆகும். இந்த ஒரு இஞ்சினின் முழு உந்துதலை வெகுவாககுறைத்து அட்லஸ் ராக்கெட்டின் முதல் நிலையை மீட்க முடியாது. ஆனால் ஃபால்கன்-9ல் உள்ள ஒன்பது மெர்லின் இஞ்சின்களின் ஒன்று அல்லது மூன்று இஞ்சினின் உந்துதலை குறைத்து ராக்கெட்டின் நிலையை மீட்கமுடியும் என்பது தான் இந்த மெர்லின் இஞ்சினின் சிறப்பு அம்சமாகும்.

5.1 மெர்லின் இஞ்சின் மற்றும் மற்ற ராக்கெட் இஞ்சின்கள் - ஒப்பீடு

வரிசை எண்	இஞ்சின்	நாடு	வடிவமைப்பு	ராக்கெட்	நிலை	உந்து சக்திகள் (Propellants)	உந்துதல் (டன்) (Thrust)	கணத்தாக்கு எண் (ISP) (நொடிகள்)	இஞ்சின் எடை (கிலோ)	உந்துதல் எடை விகிதம்
1.	மெர்லின்-1டி எப்.டி	யு.எஸ்.ஏ	ஸ்பேஸ் எக்ஸ்	பால்கன் 9 பி5 பால்கன் ஹெவி	முதல்	திரவ ஆக்சிஜன்/ கெரோசின்	84.5 (SL) 91.4 (VL) (SL= Sea level VL=Vaccum level)	311	470	194.5
2.	மெர்லின்-1டி வெற்றிடம்	,,	,,	,,	இரண்டு	திரவ ஆக்சிஜன்/ கெரோசின்	98.1	348	500	
3.	ஆர்.எஸ்.25	,,	ராக்கெட்டைன்	ஸ்பேஸ் சட்டில் எஸ்.எல்.எஸ்	முதல்	திரவ ஆக்சிஜன்/ திரவ ஹைட்ரஜன்	186 (SL)	366	3526	54
4.	ஆர். எஸ்.68ஏ	,,	,,	டெல்டா 4, டெல்டா ஹெவி	முதல்	திரவ ஆக்சிஜன்/ திரவ ஹைட்ரஜன்	314 (SL)	362(SL)	6686	54
5.	பி.இ.3	,,	புளூ ஆரிஜின்	நியூ செப்பர்ட்	முதல்	,,	49	-		
6.	ஏஜெ 60A (திட ராக்கெட்)	,,	ஏரோஜெட்	அட்லஸ் 5	பூஸ்டர்	HTPB	127	275		
7.	ஆர்.எல்-10 பி-2	,,	ஏரோஜெட் ராக்கெட்டைன்	டெல்டா 4 எஸ்.எல்.எஸ்	அப்பர் ஸ்டேஜ்	திரவ ஆக்சிஜன்/ திரவ ஹைட்ரஜன்	11	465	301	37
8.	ஆர்.டி.180	ரஷ்யா	NPO/ எனர்கோமஸ்	அட்லஸ் 5	முதல்	திரவ ஆக்சிஜன்/ கெரோசின்	382 (SL) 415 (VL)	312 (SL)	5480	71
9.	ஆர்.டி.181	,,	,,	அண்டாரஸ் 200	முதல்	,,	192(SL), 208 (VL)	312 (SL)	2200	89
10.	ஆர்டி 191	,,	,,	அங்காரா	முதல்	,,	192(SL), 208(VL)	312 (SL)	2200	89
11.	ஆர்.டி.276	,,	,,	புரோட்டான் எம்	முதல்	N204/UDMH	167 (SL), 183 (VL)	288 (SL)	1120	171

12.	ஆர்.டி.107 ஏ	ரஷ்யா	NPO/ எனர்கோமஸ்	சோயுஸ்-2	முதல்	LOX/RP1	84 (SL), 102 (VL)	263 (SL) 320 (VL)	1090	78
13.	ஆர்.டி.108 ஏ	ரஷ்யா	NPO எனர்கோமஸ்	சோயுஷ்-2	இரண்டு	LOX/RP1	92	321	1075	75
14.	ஆர்.டி 171 எம்	,,	,,	ஜெனித் சோயுஸ்-5	முதல்	,,	725	310	9300	79.5
15.	என்.கே.33ஏ (ஏ.ஜே 26-62)	சோவியத் யூனியன்	JSC குகன்சாவ்	சோயுஸ்-2 1 வி/அன்டாரஸ் 100	முதல்	,,	151 (SL), 168 (VL)	297	1222	136
16.	ரூதர்போர்டு	நியூசிலாந்து	ராக்கெட் லேப்	எலக்ட்ரான்	முதல்	,,	1.7 (SL) 2.5 (VL)	311		
17.	எல்.இ-7ஏ	ஜப்பான்	JAXA	H-11B H-11A	முதல்	திரவ ஆக்சிஜன்/ திரவ ஹைட்ரஜன்	87 (SL) 110 (VL	338	1800	62
18.	வின்சி (Vinci)	ஐரோப்பா	ஸ்னக்மா	ஏரியன்-6	அப்பர் ஸ்டேஸ்	,,	18	467	280	165.6
19.	Vulcain-2 (வல்கைன் -2)	ஐரோப்பா	ஸ்னக்மா	ஏரியன்-5	முதல்	,,	94 (SL) 136 (VL)	318 (SL) 429 (VL)	1800	77
20.	YF-100	சீனா	AALPT	LM-7 LM-5	முதல்	LOX/RPI	120 (SL) 134 (VL)	300 (SL) 335 (VL)	1912	64
21.	விகாஸ்	இந்தியா	இஸ்ரோ	PSLV/GSLV/ MK III	பூஸ்டர்/ இரண்டாம் நிலை	$N_{2}O_{4}$/UDMH	75 (SL) 80 (VL)	262		
22.	CE 7.5	,,	,,	GSLV- MK-II	அப்பர் ஸ்டேஸ்	LOX/LH_2	7.35	454	445	16.8
23.	CE-20	,,	,,	GSLV/MK- III	,,	LOX/LH_2	20	454	588	34.7
24.	SCE-200	,,	,,	GSLV/MK- III	மெயின்	LOX/RP1	182(SL) 203(VL)	299 (SL) 335 (VL)	2700	67

5.2 மெர்லின் 1 டி முழு உந்துதல் இஞ்சினின் விவரக் குறிப்பு

இஞ்சின் அளவுருக்கள்		மெர்லின் டி எப்–டி இஞ்சின்
1.	இஞ்சின் வகை	காஸ் ஜெனரேட்டர், திறந்த சுழற்சி (GG, Open cycle) முறை
2.	புரப்பலண்ட் ஃபீட் (Propellant feed)	டர்போபம்ப்
3.	உந்துதல்	SL: 85 டன் VL: 90 டன்
4.	இஞ்சின் விட்டம்	1 மீட்டர்
5.	இஞ்சின் உலர் எடை	470 Kg (முதல்நிலையில் உள்ளது)
6.	உந்துதல்-எடை-விகிதம்	190
7.	இஞ்சின் எரியும் அல்லது இயங்கும் நேரம்	162 நொடிகள்
8.	கணத்தாக்கு எண் (Specific unpulse)	(SL): 282 நொடிகள் (VL): 311 நொடிகள்
9.	எரிவறை அழுத்தம் (Chamber pressure)	› 100 பார்
10.	விரிவாக்க விகிதம் (Expansion ratio)	16
11.	த்ரோட்டில் திறன் (Throttle Capacity)	40 to 100%
12.	மறு இஞ்சின் தொடக்கம் திறன் (Restart capability)	உண்டு
13	பற்ற வைப்பு முறை	டி.இ.ஏ-டி.இ.பி (Triethyl Aluminium-TEA) - மற்றும் Triethyl Borane (TEB)
14.	அணுகுமுறை கட்டுப்பாடு (Attitude Control)	★ ஜிம்பல் இஞ்சின் (p/y) (p=pitch, y=yaw) ★ கோல்ட் காஸ் நைட்ரஜன் (RCS) (R-Roll) ★ நான்கு கிரிட் ஃபின்ஸ்
15.	இஞ்சின் நிறுத்தமுறை (Shutdown type)	கமாண்ட் நிறுத்தம்

6

ட்ராகன் விண்கலம் வகைகள்

விண்கலம் என்பது பொதுவாக சரக்குகளை (Cargo) விண்வெளிக்கு எடுத்து செல்வதற்கும் மற்றும் விண்வெளி வீரர்களை விண்வெளிக்கு அனுப்புவதற்கும் என இரண்டு வகைகளில் வடிவமைக்கப்படுகிறது. கார்கோ வகை விண்கலங்களில், விண்வெளி வீரர்களுக்கு தேவையான வசதி அமைப்புகள் இருக்க தேவையில்லை. விண்வெளி சுற்றுப்பாதையில் கழற்றி விடப்பட்டு சிறிய எஞ்சின்கள் மற்றும் அங்குள்ள வீரர்கள் உதவியுடன் விண்வெளி நிலையத்தோடு இணைந்து விடும். அங்குள்ள விண்வெளி வீரர்கள் அதில் உள்ள சாதனங்களை எடுத்துக்கொண்டு இணைப்பை துண்டித்து விடுவர். மீண்டும் அது பூமியில் வந்து இறங்கி புதுப்பிக்கப்பட்டு மீண்டும் பொருட்களை எடுத்துச்செல்லும். அதே போல் விண்வெளி நிலையத்தில் உள்ள ஆராய்ச்சிக்கு பயன்படுத்தப்பட்ட பொருட்களை பூமிக்கு கொண்டு வந்து சேர்க்கும். இதை ஆளில்லா விண்கலம் என்றும் கூறுவர். ட்ராகன்-1 என்ற கார்கோ விண்கலத்தை, ஸ்பேஸ் எக்ஸ் முதலில் டிசம்பர் 2010ல் விண்ணில் செலுத்தியது. அதை மீட்டெடுத்து ஸ்பேஸ் எக்ஸ் அருங்காட்சியகத்தில் வைத்தது. இதே மாதிரி 14 கார்கோ ட்ராகன் விண்கலங்களை உருவாக்கியது. நாசாவின் வணிக மறுசீரமைப்பு சேவைகள் திட்டத்தின் (Commercial Resupply Services (CRS)) கீழ் ஐ.எஸ்.எஸ்க்கு சரக்குகளை கொண்டு செல்ல நாசா ஸ்பேஸ் எக்ஸ் உடன் ஒப்பந்தம் செய்தது. அக்டோபர் 8, 2012ல் முதன் முதலாக நாசாவின் சரக்குகளை மேலே கூறிய ஒப்பந்தங்களின் படி ஐ.எஸ்.எஸ்க்கு ட்ராகன் விண்கலம் வெற்றிகரமாக கொண்டு சென்றது. இவ்வாறாக இந்த ட்ராகன் கார்கோ விண்கலங்கள் ஸ்பேஸ் எக்ஸ் ஃபால்கன் ராக்கெட் மூலம் 20 தடவை விண்வெளிநிலையத்திற்கு சென்று வந்துள்ளது. கடைசியாக மார்ச் 7, 2020ல் சி.ஆர்.எஸ்-20 பயணத்துடன் இந்த வகை விண்கலம் ஓய்வு பெற்றது. இது 4.2 டன் உலர் எடை கொண்டது. 6.1 மீ உயரம் மற்றும் 3.7 மீ விட்டம் கொண்டது. 4 டன்

எடையுள்ள சரக்குகளை ஐ.எஸ்.எஸ்க்கு கொண்டு செல்லக்கூடிய அளவில் அகலத்துடன் வடிவமைக்கப்பட்டு இருந்தது.

பின்பு ட்ராகன்-2 என்ற மீண்டும் பயன்படுத்தக்கூடிய விண்கலத்தை வடிவமைத்து இருந்தது. மேலே கூறியது போல் கார்கோ ட்ராகன் (Cargo Dragon) மற்றும் க்ரூ ட்ராகன் (Crew Dragon) என்ற இரண்டு வகையான (Variant) விண்கலங்கள் இதில் இருந்தன. க்ரூ ட்ராகன் என்பது விண்வெளி வீரர்களை அனுப்பக்கூடிய விண்கலமாகும். அதாவது நாசாவின் கமர்ஷியல் க்ரூ திட்டத்தின் கீழ் ஐ.எஸ்.எஸ். க்கு விண்வெளி வீரர்களை சுழற்சி முறையில் அனுப்புவதற்கு அக்டோபர் 2014ல் ஒப்பந்தம் போடப்பட்டு உருவாக்கியது. இந்த க்ரூ ட்ராகனில் ஏழு விண்வெளி

6.1 ஸ்பேஸ் எக்ஸ்ன் கார்கோ விண்கலம்.

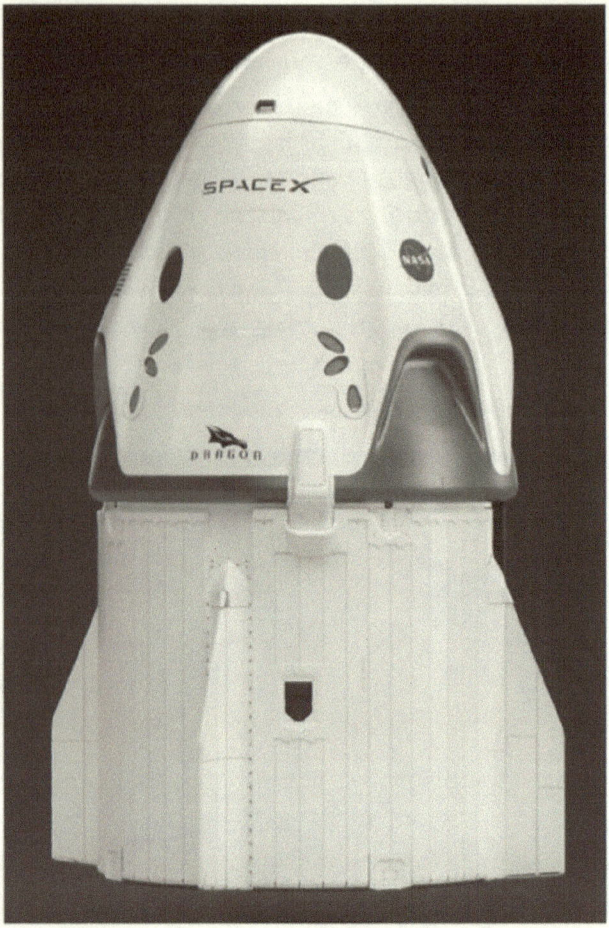

6.2 ஸ்பேஸ் எக்ஸ்ன் க்ரூ விண்கலம்

வீரர்கள் செல்ல முடியும். நாசாவுடன் உள்ள ஒப்பந்தப்படி நான்கு விண்வெளி வீரர்கள் மற்றும் சில சாதனங்களையும் இந்த க்ரூ ட்ராகனில் கொண்டு செல்லலாம். இந்த க்ரூ ட்ராகன் விண்கலத்தில் விண்வெளி வீரர்களுக்கான தேவையான லைப் சப்போர்ட் சிஸ்டம், காக்பிட் கண்ட்ரோல் (Cockpit controls) மற்றும் வீரர்கள் ஆபத்து நேரத்தில் பாதுகாப்பாக வெளியேறக்கூடிய சூப்பர் ட்ராகோ அபோர்ட் இஞ்சின்கள் (Super Draco Abort Engines) இருக்கும். வீரர்களை இந்த விண்கலத்தில் அனுப்புவதற்கு முன்பு அந்த விண்கலம் பல நிலைகளில் ஆய்வுக்கு உட்படுத்தி தேர்ச்சி பெற்றிருக்கவேண்டும். இதற்காக ஒரு முன்மாதிரி (Prototype)

மற்றும் நான்கு க்ரூ ட்ராகன் விண்கலங்களை ஸ்பேஸ் எக்ஸ் உற்பத்தி செய்தது. அதில் ஒன்று மே 2015ல் ஏவுதளத்தில் ராக்கெட் மற்றும் விண்வெளி வீரரை பயன்படுத்தாமல் க்ரூ விண்கலத்தை மட்டும் அதில் உள்ள இஞ்சின் மூலம் பறக்க செய்து வெற்றி கண்டது. இதற்கு பேட் அபோர்ட் டெஸ்ட் (Pad Abort Test) என்று பெயர். இரண்டாவது க்ரூ விண்கலம் (சி 204) விண்வெளி வீரர்கள் இல்லாமல் (uncrewed) ஃபால்கன்-9 ராக்கெட் மூலம் மார்ச் 3, 2019ல் ஐ.எஸ்.எஸ். உடன் சென்று இணைந்தது. மீண்டும் மார்ச் 8, 2019ல் விண்வெளி நிலையத்திலிருந்து பிரிந்து பூமியை வந்தடைந்தது. மூன்றாவது க்ரூ ட்ராகன் விண்கலம் (சி 205) வீரர்கள் இல்லாமல், ஃபால்கன் 9 ராக்கெட்டில் வைத்து ஜனவரி 19, 2020ல் விண்வெளிக்கு அனுப்பபடும் பொழுது 15 கி.மீ உயரத்தில் (இது ராக்கெட் எதிர் கொள்ளும் அதிக டைனமிக் அழுத்தமாகும்) சுயமாக ராக்கெட்டிலிருந்து விண்கலம் பிரிவதற்கான கட்டளை கொடுக்கப்பட்டு ஆய்வுக்கு உட்படுத்தப்பட்டது. இந்த க்ரூ விண்கலம் ஃபால்கன் ராக்கெட்டிலிருந்து பிரிந்து (அதாவது அபோர்ட் செய்யப்பட்டு) விண்கலத்தில் உள்ள சூப்பர் ட்ராகோ த்ரஸ்டர்ஸ் (Thrusters) இஞ்சின் மூலம் மேலே மீண்டும் 2 முதல் 3 கி.மீ வரை நொடிக்கு 150 மீட்டர் வேகத்தில் மிக விரைவாக பறந்து சென்று, பின்பு பாராசூட் மூலமாக கடலில் வந்து விழுந்தது. அந்த விண்கலத்தை ஸ்பேஸ் எக்ஸ் நிறுவனம் மீட்டெடுத்தது. இதற்கு இன் பிளைட் அபோர்ட் டெஸ்ட் (Inflight abort Test) என்று பெயர். இவ்வாறாக இந்த மூன்று டெஸ்டிலும் க்ரூ ட்ராகன் விண்கலம் ஆய்வுக்கு உட்படுத்தப்பட்டு வெற்றிகரமாக செயல்பட்டது.

இந்த ட்ராகன்-2 விண்கலம் 8.1 மீட்டர் உயரமும் 4 மீ விட்டமும் கொண்டது. 9.3 கன மீட்டர் அளவு தொகுதியை (Volume) கொண்டது. இந்த வகை விண்கலம் மூலம் 6 டன் எடையுள்ள பொருட்களை ஐ.எஸ்.எஸ்க்கு கொண்டு செல்ல முடியும். இந்த ட்ராகன்-2 விண்கலம் தன்னிச்சையாக வீரர்கள் உதவி இல்லாமல் விண்வெளி நிலையத்துடன் இணைக்கமுடியும். கார்கோ வகை விண்கலத்தை ஐந்து முறை மீண்டும் பயன்படுத்த முடியும் என்று ஸ்பேஸ் எக்ஸ் நிறுவனம் கூறியுள்ளது. இதே போல் க்ரூ ட்ராகன் விண்கலத்தையும் மீண்டும் பயன் படுத்துவதற்கான சான்றிதழை நாசாவிடம் பெற்று இருந்தது. இந்த விண்கலம் முழு வெற்றிடத்தில் இயங்கக்கூடியது. அதனால் விண்கல கேபினில் (Cabin) உள்ள அழுத்தம் குறைந்து ஆபத்து ஏற்படும் பொழுது, ஸ்பேஸ் எக்ஸ் உருவாக்கிய ஸ்பேஸ் சூட் (Space Suit) வீரர்களை பாதுகாக்கும்.

6.3 ராக்கெட் மட்டும் வீரர் இல்லாமல் க்ரூ விண்கலம் மட்டும் ஏவுதளத்தில் வைத்து சோதனை (பேட் அபோர்ட் டெஸ்ட்) செய்தபோது எடுத்தது.

மேலும் விண்கலத்தில் இருந்து 6.35 மில்லி மீட்டர் அங்குல விட்டம் கொண்ட சமமான சுற்றளவு வரை அழுத்தக்கசிவு (Leak) ஏற்பட்டாலும் விண்கலத்தில் உள்ள வீரர்கள், பாதுகாப்பாக வந்து இறங்க முடியும். மேலும் எந்த உயரத்திலும் ராக்கெட்டில் பழுது ஏற்பட்டாலும் வீரர்கள் பாதுகாப்பாக வெளியேறக்கூடிய பாதுகாப்பு அம்சம் (Crew Escape System) இந்த விண்கலத்தில் உள்ளது. இவ்வாறு எல்லா பாதுகாப்பு அம்சங்களும் கொண்டதாக க்ரூ ட்ராகன் விண்கலத்தை உருவாக்கியதால் விண்வெளி வீரர்களை இந்த விண்கலத்தில் அனுப்பவதற்கு நாசா சான்றிதழ் மற்றும் அனுமதி கொடுத்தது. ஏற்கனவே ஸ்பேஸ் எக்ஸ், ஃபோயிங் (Boeing) கம்பெனியின் சி.எஸ்.டி-100 ஸ்டார் லைனர் விண்கலத்துடன் போட்டி போட்டு நாசாவிடம் இருந்து 2.7 பில்லியன் டாலர் ஒப்பந்தம் பெற்றுதான் இந்த ட்ராகன் விண்கலங்களை உருவாக்கியது என்பது குறிப்பிடத்தக்கது.

ஸ்பேஸ் எக்ஸ் ஏற்கனவே உருவாக்கி இருந்த நான்கு ட்ராகன்-2 க்ரூ விண்கலங்களில் மூன்றாவது விண்கலத்தை விண்வெளி வீரர்களை அனுப்ப பயன் படுத்தியது. அந்த விண்கலத்திற்கு என்டோவர் (Endeavour-C206-1) என்ற பெயரிட்டது. இரண்டு விண்வெளி வீரர்களை 30-5-2020 அன்று வெற்றிகரமாக ஐ.எஸ்.எஸ்.க்கு இந்த க்ரூ

6.4 க்ரூ விண்கலம் ஏவுதளத்திலிருந்து பறந்து சோதனைக்குப் பிறகு பாராசூட் மூலம் கடலில் மீட்டெடுக்கும் படம்.

ட்ராகன் டெமோ-2 விண்கலம் மூலம் அனுப்பி சாதனை படைத்தது. இந்த என்டோவர் விண்கலத்தை வெற்றிகரமாக சேதாரம் இல்லாமல் மீட்டு எடுத்தது. இந்த க்ரூ ட்ராகன் விண்கலம் ராக்கெட்டின் மேல் பகுதியில் பொருத்தப்பட்டு இருக்கும். நாசாவின் அப்பல்லோ, மெர்குரி விண்கலங்கள் மற்றும் இப்பொழுது பயன்பாட்டில் உள்ள ஓரியன் விண்கலம் (Orion Capsule), ரஷ்யாவின் சோயுஸ் விண்கலம், சீனாவின் செஞ்சாங் விண்கலம் இவையெல்லாம் வெப்பத்திலிருந்து பாதுகாக்க ராக்கெட்டின் உள்ளே வைத்து வெளியில் கனமான மற்றொரு ஹீட் சீல்ட்டால் (Heat Shield) பாதுகாக்கப்படுகிறது. ஆனால் க்ரூ ட்ராகன் விண்கலம் இன்னொரு ராக்கெட்டின் நிலையைப் போல் வெளியில் ஹீட் சீல்ட் இல்லாமல் பொருத்தப்பட்டுள்ளது. இது எல்லாவிதமான வெப்பத்தை தாங்கும் அளவிற்கு வெளிப்புறத்தில் மேம்படுத்தப்பட்ட திறனுள்ள பொருட்களால் உருவாக்கப்பட்டுள்ளது. மேலும் விண்வெளிக்கு சென்றுவிட்டு மீண்டும் திரும்பும் பொழுது ஏற்படும் கதிரியக்கம் மற்றும் வெப்பத்தை தாங்கக்கூடியதாகவும் மற்றும் கடலில் மீட்டெடுக்கும் போது சேதாரம் குறைவாக இருப்பது போலவும் வடிவமைக்கப்பட்டுள்ளது. இதனால் இதனை மீட்டெடுத்து மீண்டும் மறு பயன்பாட்டுக்கு போகும் போது, நிறுவனத்திற்கு

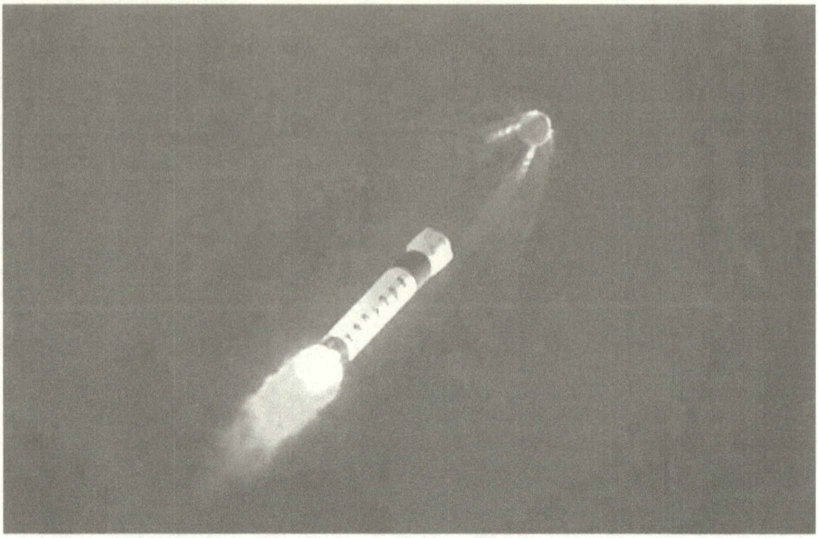

6.5 க்ரூ விண்கலம் ராக்கெட்டிலிருந்து பிரிந்து சென்று இன்பிளைட் அபோர்ட் டெஸ்ட் செய்த போது எடுத்தது.

செலவினங்கள் குறைவதற்கு வாய்ப்புள்ளது. மீண்டும் நான்காவது க்ரூ ட்ராகன் விண்கலம் (ரெஸிலியன்ஸ்- C207-1) மூலம் நான்கு விண்வெளி வீரர்களை க்ரூ-1 ராக்கெட் பயணம் மூலம் ஐ.எஸ். எஸ்.க்கு 2020ல் அனுப்பியது.

ஏற்கனவே மீட்டெடுத்த என்டோவர் க்ரூ விண்கலத்தில் நான்கு அமெரிக்க விண்வெளி வீரர்களை ஐ.எஸ்.எஸ்க்கு அனுப்ப நாசா அனுமதி கொடுத்தது. இந்த விண்கலத்திற்கு C206-2 என்டோவர் என்று பெயர் கொடுத்து 2021ல் வெற்றிகரமாக ஃபால்கன்-9 எப். டி ராக்கெட், க்ரூ2 (Crew 2) பயணம் மூலம் ஐ.எஸ்.எஸ்க்கு அனுப்பியது. நாசாவின் ஒப்பந்தப்படி மேலும் நான்கு க்ரூ விண்கலங்களை தன்னுடைய ஃபால்கன் ராக்கெட் மூலம் விண்வெளி நிலையத்திற்க்கு அனுப்ப வேண்டும். ஆறு முறை நாசா வீரர்கள் (ஒவ்வொரு முறையும் நான்கு பேர்) சர்வதேச விண்வெளி நிலையத்திலிருந்து சென்று மற்றும் திரும்பி வர ஏற்கனவே கூறியது போல் 2.7 பில்லியன் டாலர் ஒப்பந்தம் பெற்றுள்ளது. க்ரூ ட்ராகன் க்ரூ-3 பயணம் அக்டோபர் 23, 2021-ல் நான்கு விண்வெளி வீரர்களை விண்வெளி நிலையத்திற்கு கொண்டு செல்லும். இதே போல் க்ரூ-4 மற்றும் க்ரூ-5 பயணம் அடுத்து வரும் 2022லும் மற்றும் க்ரூ-6 பயணம் 2023-ல் நடைபெறும் என்றும் ஸ்பேஸ் எக்ஸ் நிறுவனம் அதன் இணயதளத்தில் அறிவித்து உள்ளது.

7

ஃபால்கன் வகை ராக்கெட்டுகளின் வளர்ச்சி

முந்தைய இரண்டு தசாப்தங்களில், அறியப்பட்ட ஏவுகணை வாகன தோல்விகளில், 91 சதவீதம் என்பது இஞ்சின், ஏவியானிக்ஸ் மற்றும் நிலை பிரிப்பு (Stage Separation) என்ற மூன்று காரணங்களால் தான் என்பதை ஏரோஸ்பேஸ் கார்பரேஷன் தன்னுடைய ஒரு ஆய்வின் மூலம் அறிவித்து இருந்தது. இதை கருத்தில் கொண்டு அதிக நம்பகத்தன்மை உள்ள அம்சங்களை ஃபால்கன் ராக்கெட்டின் வடிவமைப்பின் போது புகுத்தியது. மேலும் முக்கியமாக இரண்டு நிலை கட்டமைப்பு (Two Stage) மட்டுமே கொண்ட ராக்கெட்டாகவே பால்கனை உருவாக்குவது என்று முடிவு செய்தது. இதனால் மூன்று

7.1 பால்கன்-9 எப்டி. பி5 ராக்கெட்

7.2 பால்கன்-9 ராக்கெட் முதல் நிலையில் உள்ள ஒன்பது மெர்லின் இஞ்சின்கள்

மற்றும் நான்கு நிலை கட்டமைப்பு உடைய ஏவுகணைகளில் உள்ள சாத்தியமான தோல்விகளாக கருதப்படும், நிலைபிரிப்பு நிகழ்வுகள், இஞ்சின் பற்றவைப்பு மற்றும் இயந்திர வரிசைப்படுத்தலின் போது ஏற்படும் தோல்விகள் இவற்றை நீக்க முடிந்தது. இரண்டு நிலை ராக்கெட்டாக வடிவமைப்பதின் மூலம் அதனை உருவாக்குவதற்கான செலவை குறைத்து மறுபயன்பாட்டுக்குரிய (Reuse) அம்சங்களையும் புகுத்தியது. இவ்வாறாக உலகின் முதல் சுற்றுப்பாதை வகுப்பு மற்றும் மீண்டும் பயன்படுத்தக்கூடிய ராக்கெட் (World's first orbital class reusable rocket) என்ற பெருமையை ஃபால்கன்-9 பெற்றது. ஃபால்கன் - 9 (Falcon) ராக்கெட்டின் முதல் நிலை வடிவமைப்பு என்பது பயணத்தின் ஏறும் பகுதியின் (Ascent Portion) போது வரும் கடுமைகள் மற்றும் மீட்புப்பகுதியின் (Recovery Portion) சுமைகள் இரண்டையும் கையாளக்கூடியதாக இருந்தது. இந்த ராக்கெட்டின் இயந்திர அமைப்பு, எரிபொருள் தொட்டிகள் மற்றும் இஞ்சின் இவைகளின் எடைகள் முடிந்தவரை குறைவானதாகவும் அதேநேரம் ஒரு எதிர்ப்பு வளிமண்டலத்தின் மூலம் விரைவான முடுக்கம் தொடர்பான சக்திகளையும் அழுத்தங்களையும் தாங்கும்

7.3 பால்கன் -9 ராக்கெட்டின் அடியில் உள்ள லேண்டிங் லெக்ஸ்

அளவுக்கு வலிமையானதாக வடிவமைக்கப்பட்டது. மேலும் ஃபால்கன்-9 ராக்கெட்டை தொடர்ந்து மேம்படுத்துவதற்காக மீட்கப்பட்ட வன்பொருளை ஆய்வு செய்வதற்கும், வடிவமைப்பு மற்றும் பாகங்களின் பொருள் தேர்வை *(Material Selection)* மதிப்பிடுவதற்கும், ராக்கெட்டின் முதல் நிலை மீட்டெடுப்பு *(Recovery)* ஒரு தனித்துவமான வாய்ப்பை வழங்கியது. இந்த ஃபால்கன்-9 ராக்கெட் மறுசெய்கைகள் *(Iterations)* மூலம் ஒவ்வொரு காலகட்டத்திலும் செயல்திறனை கூட்டிக்கொண்டே வந்தது. மாடுலர் கிச்சனில் *(Modular Kitchen)* உள்ள பாகங்கள் பொதுவாக ஒரே வடிவம் கொண்டது. இதை எந்த வீட்டு சமையல் அறையிலும் எளிதாக ஒருங்கிணைக்க முடியும். அதே போல் மெர்லின் என்ற ஒரு இஞ்சினை உருவாக்கி ராக்கெட்டின் இரண்டு நிலைகளிலும் பயன் படுத்தியது. அதாவது ஃபால்கன்-9ன் முதல் நிலையில் ஒன்பது மெர்லின் இஞ்சின்கள் பொருத்தப்பட்டது. இரண்டாவது நிலையில் இஞ்சினின் முனையை *(Nozzle)* கொஞ்சம் மாற்றி ஒரு

இஞ்சின் மட்டும் பயன்படுத்தியது. இதற்கு முன்பு அமெரிக்கா மற்றும் ரஷ்யா ராக்கெட்டுகளில் ஒவ்வொரு நிலைக்கும் வேறு ஒரு ராக்கெட் இஞ்சினை உருவாக்கி பயன் படுத்தியது. அதனால் ராக்கெட்டின் வடிவத்தை எளிதாக மாற்ற முடியவில்லை. ஆனால் ஸ்பேஸ் எக்ஸ் இந்த மாடுலர் கான்செப்ட் (Modular Concept) மற்றும் கிளஸ்டர்ஸ் (Clusters) மூலம் ஒரே இஞ்சினை கொண்டு விதமான ராக்கெட் வெர்சன்களை (Version) உருவாக்கியது. மேலும் மறுசெய்கை மூலம் இஞ்சினின் செயல் திறனையும் மாற்றி அமைத்தது.

ஃபால்கன்-9 குடும்பத்தை சேர்ந்த ராக்கெட்டுகளில் கடந்த ஜூன் 2010 முதல், 11 ஆண்டுகளில் 125 முறை செயற்கைக்கோள்கள் அல்லது சரக்குகளை கொண்டு விண்ணில் ஏவப்பட்டது. இதில் 123 தடவை, ராக்கெட் ஏவியதில் இருந்து சுற்றுப்பாதையில் சென்று முழு வெற்றி கண்டுள்ளது. அக்டோபர் 2012ல் ஏவப்பட்ட ஒரு ஏவுதல் பகுதி தோல்வியாக (Partial Failure) கருதப்பட்டது. அதாவது இந்த ராக்கெட் சரக்குகளை சி.ஆர்.எஸ்.-1 மூலம் சர்வதேச விண்வெளி நிலையத்திற்கு வெற்றிகரமாக கொண்டு சென்றது. ஆனால் இதனோடு சென்ற இரண்டாம் நிலை பேலோட் திட்டமிடப்பட்டதை விட குறைவான சுற்றுப்பாதையில் சிக்கி தோல்வியில் முடிந்தது. இதே போல் ஜூன் 2015ல் ஏவிய ஃபால்கன்-9 வி 1.1 ராக்கெட்டின் இரண்டாம் நிலையில் உள்ள திரவ ஆக்சிஜன் டேங்கில் ஏற்பட்ட பிரச்சனை காரணமாக அந்த ராக்கெட் 150 வது நொடியில் உடைந்து தோல்வியை தழுவியது. இரண்டு டன் எடையுள்ள பொருள்களை கொண்டு சென்ற கார்கோ ட்ராகன் விண்கலமும் சேதமடைந்தது. இதேபோல் மற்றொரு ஃபால்கன்-9 ராக்கெட் தோல்வி செப்டம்பர் 2016 ல் நடந்தது. அதாவது ராக்கெட்டின் நிலையான தீ சோதனைக்கு முன் உந்துசக்தி நிறுப்புதல் நடைமுறைகளின் போது ஏவுதளத்தில் (Launch Pad) இருந்த ராக்கெட் மற்றும் அமோஸ்-6 என்ற 5.5 டன் எடை கொண்ட பேஸ்புக் நிறுவனத்தின் செயற்கைக்கோள் வெடித்து சிதறியது. இந்த தோல்விகளை தவிர இதுவரை உலகின் மிகப்பெரிய நம்பகத்தன்மை கொண்ட ராக்கெட் என்ற பெருமையை ஸ்பேஸ் எக்ஸின் ஃபால்கன் வகை ராக்கெட் பெற்றுள்ளது. அதாவது ஃபால்கன்-9 வி 1.0 என்ற முதல் ராக்கெட் பதிப்பு ஜூன் 2010 முதல் மார்ச் 2013 வரை ஐந்து முறையும், அதன் வாரிசான ஃபால்கன் வி 1.1 செப்டம்பர் 2013 முதல் ஜனவரி 2016 வரை 15 முறையும் விண்ணில் வெற்றிகரமாக செலுத்தப்பட்டுள்ளது. மேலும் மேம்படுத்தப்பட்ட

ஃபால்கன் 9 எப்.டி என்ற முழு உந்துதல் கொண்ட ராக்கெட் டிசம்பர் 2015 முதல் இதுவரை 102 முறை வெற்றிகரமாக விண்ணில் ஏவப்பட்டுள்ளது. இந்த ஏவுதளில் 41 முறை ஏற்கனவே பயன்படுத்திய பூஸ்டரை மீண்டும் பயன்படுத்தியுள்ளது என்பது குறிப்பிடத்தக்கது. இவ்வாறாக இதுவரை மேலேகூறியது போல் 123 தடவை விண்ணில் செலுத்தியதில் இரண்டு தோல்விகள் மட்டும் அடைந்து 98 சதவீதம் என்ற புள்ளிகளை பெற்று உலகின் மிகவும் நம்பகத்தன்மையான பயன்பாட்டில் உள்ள ராக்கெட் என்ற மதிப்பை பெற்றது.

ஃபால்கன்-9 எப்.டி. வகையில் ஃபால்கன்-9 எப்.டி., ஃபால்கன்-9 பிளாக்-2,3,4 & பிளாக்-5 என்ற நான்கு வகை ராக்கெட்டுகளும் அடங்கும். இதில் இப்பொழுது இயங்கிக்கொண்டிருக்கும் வகை ராக்கெட் ஃபால்கன்-9 எப்.டி. பிளாக்-5 (Falcon-9 FT Block-5) என்பதாகும். இதில் பல மேம்படுத்தப்பட்ட பாகங்கள், ராக்கெட்டின் மீட்டெடுக்கக் கூடிய திறனை அதிகரிப்பதாக உள்ளது. முதல் நிலையை மீட்டெடுக்க பயன்படும் லேண்டிங் லெக்ஸ் (Landing Legs) வடிவம் நல்ல செயல்திறனை கொடுக்கும் அளவுக்கு மேம்படுத்தப்பட்டுள்ளது. இதனால் இந்த பிளாக்-5 ராக்கெட்டில் உள்ள முதல் நிலையை மீட்டெடுத்து குறைந்தது 10 தடவை மீண்டும் பயன் படுத்தலாம். மேலும் குறைந்த செலவு செய்து புதுப்பித்து 50 தடவை வரை கூட பயன் படுத்த முடியும் என்று ஸ்பேஸ் எக்ஸ் கூறியுள்ளது. இந்த ராக்கெட்டில் உள்ள மேம்படுத்தப்பட்ட விமான கட்டுப்பாட்டு அமைப்பு (Flight Control System) தரையிறங்கும் போது தேவைப்படும் எரிபொருளின் அளவைக் குறைக்கிறது.

இவ்வாறு அதிக வெற்றி சதவீதத்துடன் நிலையான நம்பகத்தன்மை மற்றும் எல்லாவற்றிலும் வலிமையான செயல் திறன் உள்ள ராக்கெட்டாக மாற்றியதால், நாசா விண்வெளி மனிதர்களை விண்வெளிக்கு அனுப்ப இந்த ராக்கெட்டுக்கு அனுமதி கொடுத்தது. தற்போது செயல்பாட்டில் உள்ள அனைத்து சுற்றுப்பாதை ராக்கெட்டுகளுடன் ஒப்பீடும் போது ஃபால்கன்-9 எப்.டி. மிகவும் நம்பகமான சுற்றுப்பாதை ஏவுதல் வாகனம் ஆகும். தற்போதைய தொழில்துறை அளவுகோளுடன் ஒப்பிடுகையில் ரஷ்யாவின் சோயுஸ் வகை ராக்கெட் 1700 ஏவுதல் 97.4 சதவீதம் வெற்றி விகிதத்தையும், தற்போது செயல்பட்டு வரும் சோயுஷ்-2 ராக்கெட் 94% வெற்றிவிகிதம் பெற்றுள்ளது. இதே போல

ரஷ்யாவின் மற்றொரு ராக்கெட்டான புரோட்டான் வகை 425 ஏவுதளில் 88.7% வெற்றியும், ஐரோப்பாவின் ஏரியன்-5 ராக்கெட் 109 ஏவுதளில் 95.4% வெற்றியும் மற்றும் சீனாவின் டாங்க்மார்ச் - 3 பி ராக்கெட் இதுவரை 74 ஏவுதலில் 94.6% வெற்றி விகிதத்தை பெற்றுள்ளது.

இந்த ஃபால்கன்-9 முழு உந்துதல் (Full Thrust) ராக்கெட்டின் முதல் நிலையை மீட்டெடுக்காமல் (Expendable Rocket) பயன் படுத்தும் போது பூமியின் குறைந்த சுற்றுப்பாதைக்கு (Low Earth Orbit-LEO) 22.8டன் அளவுள்ள பொருள்களையும், புவிசார் ஒத்திசைவு சுற்றுப்பாதைக்கு (Geo-synchronous Orbit-GSO) 8.3 டன் அளவுள்ள பொருள்களை எடுத்து செல்ல முடியும். செவ்வாய் கிரக சுற்றுப்பாதைக்கு 4 டன் கொண்டு செல்லமுடியும். இதேபோல் ஃபால்கன்- எப்.டி. ராக்கெட்டின் முதல் நிலையை மீட்டெடுக்கும் திட்டத்தில் பயன் படுத்தும் போது 15.6 டன் எடையை LEO க்கும் மற்றும் 5.5 டன் எடையை GTO க்கும் எடுத்துச் செல்ல முடியும். எவுதளத்தில் இருந்து 27 முதல் 28.5 டிகிரி சாய்வு கோணத்தில் (Inclination Angle) இந்த ராக்கெட்டை ஏவும் பொழுது மேலேகுறிய எடைகளை (payload) ராக்கெட்டில் எடுத்து செல்லலாம். இப்பொழுது பயன்பாட்டில் உள்ள அமெரிக்காவின் டெல்டா-4 ஹெவி எக்ஸ் பெண்டபிள் ராக்கெட் பூமியின் குறைந்த சுற்றுப்பாதைக்கு 28 டன் எடையைக்கொண்டு செல்ல முடியும். ஆனால் இதன் விலையானது ஃபால்கன்-9 எப்.டி. உடன் ஒப்பீடும்பொழுது 6 மடங்கு அதிகம். இதேபோல் எக்ஸ்பெண்டபிள் ராக்கெட்டாக பயன்படுத்தும் சீனாவின் லாங்க்மார்ச் 5B பூமியின் குறைந்த சுற்றுப்பாதைக்கு 25 டன் எடையும், ஐரோப்பிய யூனியனின் ஆரியன்-5 ராக்கெட் 21 டன் எடையும், ரஷ்யாவின் புரோட்டான்-எம் 22 டன், சோயுஸ் 10 டன் மற்றும் அங்காரா-ஏ5 24 டன் எடையும், அமெரிக்காவின் அட்லஸ் V551 ராக்கெட் 18.5 டன் எடையும் எடுத்துச்செல்லக்கூடியது. ஆனால் ஃபால்கன்-9 ராக்கெட்டை தவிற மற்ற நாடுகளின் ராக்கெட்டுகளை மீட்டெடுத்து மறுபயன் பாட்டுக்கு பயன்படுத்த முடியாது என்பதால் இந்த ராக்கெட்டுகளின் விலையும் அதிகமாக உள்ளது. இதே போல் இன்னும் பல ஹெவி ராக்கெட்டுகள் விண்ணில் ஏவப்படாமல் வளர்ச்சி நிலையில் (Development Stage) தான் உள்ளது. இதில் குறிப்பிடத்தக்க ராக்கெட் ரஷ்யாவின் சோயுஸ்5- 18 டன், செனீசி-115 டன், சீனாவின் லாங்க்மார்ச்-9 140 டன் எடையை எடுத்துச்செல்லும். அமெரிக்காவில் உள்ள இன்னொரு தனியார்

விண்வெளி நிறுவனமான புளூ ஆரிஜினின் நியூ ஹெலன் (New Glenn) ராக்கெட் 45 டன் மற்றும் நாசாவின் ராக்கெட்டான எஸ். எல்.எஸ் பிளாக் 1 பி 105 டன், பிளாக் 2, 130 டன் எடையும் எதிர்காலத்தில் விண்வெளிக்கு எடுத்துச் செல்லக்கூடிய திறன்களை கொண்டிருக்கும்.

7.1 ஃபால்கன் ஹெவி ராக்கெட்

இதே போல் ஸ்பேஸ் எக்ஸ் நிறுவனமும் ஃபால்கன் ஹெவி என்ற ராக்கெட்டை ஏற்கனவே 2019ல் வடிவமைத்து இருந்தது. அதாவது ஃபால்கன்-9 ராக்கெட்டின் 9 மெர்லின் இஞ்சின் உள்ள முதல் நிலையை இரண்டு ஸ்ட்ராப்-ஆன் (Strap-On) பூஸ்டர் ஆக பயன்படுத்தி முதல் நிலையில் 27 மெர்லின் இஞ்சின்கள் கொண்ட ஃபால்கன் ஹெவி என்ற ராக்கெட்டாக உருவாக்கியது. இந்த ஃபால்கன் ஹெவி ராக்கெட்டின் முதல் நிலையை மீட்காமல் பயன் படுத்தும் பொழுது 64 டன் எடையை LEO க்கு எடுத்துச்செல்ல முடியும். இதே போல் முதல் நிலைய மீட்டு எடுக்கும் பட்சத்தில் இந்த ராக்கெட் 57டன் எடையை விண்வெளிக்கு கொண்டு செல்லும் திறன் பெற்று இருந்தது. இந்த ராக்கெட்டின் இரண்டாம் நிலை மற்றும் ஹீட்சீல்ட் (Heat Shield) ஃபால்கன்-9 ராக்கெட்டில் உள்ளதையே இதிலும் பயன்படுத்தியது. ஃபால்கன் ஹெவி ராக்கெட் 70 மீட்டர் உயரமும் 3.66 மீட்டர் விட்டமும் கொண்ட இரண்டு நிலை ராக்கெட் ஆகும். ராக்கெட்டின் மொத்த எடை 1420 டன் ஆகும். ராக்கெட்டின் முதல் நிலையில் உள்ள 27 மெர்லின் இஞ்சின்கள் எல்லாம் சேர்ந்து 2300 டன் உந்துதல் (Thrust) கொடுக்கக் கூடியது. ஃபால்கன் ஹெவி ராக்கெட்டின், இரண்டாம் நிலை ஃபால்கன்-9ல் உள்ளது போல 92 டன் உந்துதல் கொடுக்கக்கூடியது. ராக்கெட்டின் முதல் நிலை இஞ்சின்கள் 154 நொடிகள் மற்றும் இரண்டாம் நிலை 397 நொடிகள் இயங்கக்கூடியது. அதாவது இந்த ராக்கெட் மொத்தம் 9 நிமிடங்கள் இயங்கி தேவையான சுற்றுப்பாதைக்கு பொருட்களை கொண்டு செல்லக்கூடியது.

ஃபால்கன் ஹெவி ராக்கெட் முதன் முதலில் பிப்ரவரி 2018ல் எலான் மஸ்க் உடைய ஆளில்லா டெஸ்லா காரை (1250 கிலோ) செவ்வாயின் ஹீலியோ சென்ட்ரிக் சுற்றுப்பாதைக்கு கொண்டு சென்றது. இரண்டு பூஸ்டர்களை மீட்டெடுத்து நடுவில் உள்ள மெயின் (Core) நிலையை மீட்டெடுக்க முடியவில்லை . மீண்டும் ஏப்ரல் 2019ல் இரண்டாவது முறையாக 6.5 டன் எடைகொண்ட செயர்கைக்கோளை விண்ணில் செலுத்தியது. ராக்கெட்டின் முதல்

7.4 பால்கன் ஹெவி ராக்கெட்

நிலை முழுவதும் மீட்டெடுத்தது. ராக்கெட்டின் மெயின் நிலையை மீட்டெடுத்த போதிலும் அது கடல் வழி போக்குவரத்தின் போது சேதமடைந்தது. மூன்றாவது முறை ஜூன் 2019ல் 3.7 டன் எடை கொண்ட அமெரிக்காவின் மிலிட்டரி செயற்க்கைகோளை விண்ணில் செலுத்தியது. இந்த ஃபால்கன் ஹெவி ராக்கெட்டில் ஏற்கனவே இரண்டாவது ஏவுதலின் போது மீட்டெடுத்த இரண்டு பூஸ்டர்களை மீண்டும் பயன்படுத்தி சாதனை படைத்தது. மீட்டெடுத்த பூஸ்டரை பயன்படுத்தியதால் ஸ்பேஸ் எக்ஸ் நாசாவிடமிருந்து 161 மில்லியன் டாலர் என்ற குறைவான பணம் மற்றுமே பெற்றது. இந்த விலையானது டெல்டா-4 ஹெவிராக்கெட்டை விட 35% குறைவானது என்பது குறிப்பிடத்தக்கது. அதாவது இதே அளவு

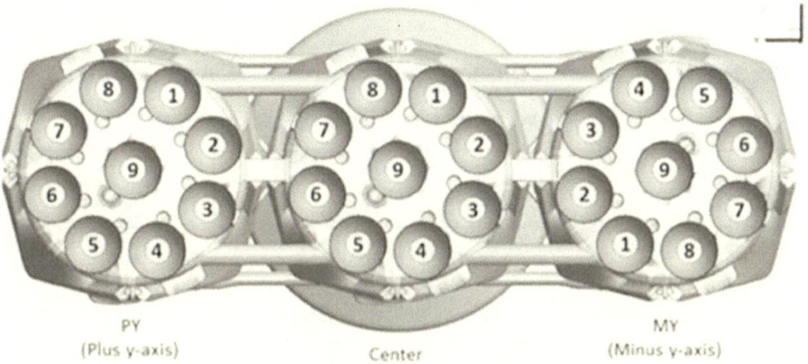

7.5 பால்கன் ஹெவி ராக்கெட்டில் உள்ள 27 இஞ்சின்கள் அமைப்பு

எடையை விண்ணில் டெல்டா ராக்கெட் மூலம் செலுத்த 440 மில்லியன் டாலர் செலவாகும். இந்த ஃபால்கன் ஹெவிராக்கெட்டை முதல் தடவை பயன் படுத்தும்போது 150 மில்லியன் டாலர் அதன் விலையாகும். முழுமையாக மீட்டெடுத்த முதல் நிலையை மீண்டும் பயன்படுத்தும் போது 100-130 மில்லியன் டாலர் என்று விலையை குறைத்துகொடுக்கும்.

இவ்வாறாக ஸ்பேஸ் எக்ஸ் தனது ஃபால்கன்-9 எப்.டி. மற்றும் ஃபால்கன் ஹெவிராக்கெட் மற்றும் மீட்டெடுக்கும் தொழில்நுட்பத்தின் மூலம் மற்ற ராக்கெட்டுகளுடன் ஒப்பிடும்போது மிகக் குறைவான விலையில் செயற்கைகோள்களை விண்ணில் செலுத்தி தனித்துவமான இடத்தை விண்வெளி ஆராய்ச்சி துறையில் பெற்று உள்ளது.

7.2 ஸ்பேஸ் எக்ஸ் ஃபால்கன் வகை ராக்கெட்டின் முக்கியமான விண்வெளி சாதனை நிகழ்வுகள் தொகுப்பு

வ. எண்	தேதி	சாதனைகள்	பயணம் பெயர்
1.	28 செப். 2008	தனியார் நிறுவனத்தால் நிதியளிக்கப்பட்டு உருவாக்கிய முழு திரவ எரிபொருள் ராக்கெட் முதன் முதலாக சுற்றுப்பாதையை வெற்றிகரமாக அடைந்தது.	ஃபால்கன்-1 பிளைட்-4
2.	14 ஜீலை 2009	முதன் முதலில் வணிக செயற்கைக்கோளை சுற்றுப் பாதைக்கு அனுப்பிய தனியார் நிறுவனத்தால் உருவாக்கப்பட்ட திரவ எரிபொருள் ராக்கெட்	ரஜாக் செயற்கைக் கோன் & ஃபால்கன்-1 பிளைட்-5
3.	9 டிசம்பர் 2010	விண்கலத்தை வெற்றிகரமாக ஏவி சுற்றுப் பாதைக்கு சென்று அதை மீட்டெடுத்த முதல் தனியார் விண்வெளி நிறுவனம்	ஸ்பேஸ் எக்ஸ் ட்ராகன்ஸ்பேஸ் எக்ஸ் காட்ஸ் டெமோ பிளைட்-1
4.	25 மே 2012	சர்வதேச விண்வெளி நிலையத்திற்கு (ஐ.எஸ்.எஸ்) விண்கலத்தை அனுப்பிய முதல் தனியார் விண்வெளி நிறுவனம்	ட்ராகன் சி2 +
4 a.	21 செப். 2014	ட்ராகன் C 106 விண்கலம் வெற்றிகரமாக ஐ.எஸ்.எஸ் லிருந்து பிரிந்து பூமியில் பாதுகாப்பாக வந்து தரை இறங்கியது. குறைவான சேதங்கள் இருந்ததால் ஸ்பேஸ் எக்ஸ் நிறுவனம் இதை மீட்டு புதுப்பித்து வைத்துக் கொண்டது.	ஃபால்கன்-9 வி 1.1 ராக்கெட் ட்ராகன் C 106 (சி.ஆர்.எஸ் 4) மூலம் 2.2 டன் எடையை ஐ.எஸ். எஸ்க்கு கொண்டு சென்றது. (CRS - commercial Resupply service)

5.	22 டிசம்பர் 2015	உலகத்திலேயே முதல் முறையாக சுற்றுபாதைக்கு செயற்கைக்கோளைக் கொண்டு சென்ற இரண்டுநிலை ராக்கெட்டின் முதல் நிலையை வெற்றிகரமாக மீட்டு நிலத்தில் (Land) தரை இறங்கிய முதல் நிறுவனம்	ஃபால்கன்-9-எப்.டி பி. 1019 (பிளைட்-20) ராக்கெட் ஆர்பகாம் செயற்கைக்கோளை விண்ணில் செலுத்தியது.
6.	8 ஏப்ரல் 2016	உலகத்திலேயே முதல் முறையாக சர்வதேச விண்வெளி நிலையத்தின் சுற்றுப்பாதைக்கு சென்ற ராக்கெட்டின் முதல்நிலையை வெற்றிகரமாக மீட்டு கடலில் உள்ள கப்பலில் தரை இறங்கியு முதல் நிறுவனம்	ஃபால்கன் எப். டி ராக்கெட் (பி 1021)ட்ராகன் விண்கலத்தின் (சி. ஆர்.எஸ்.8) மூலம் 3 டன் எடையை ஐ.எஸ்.எஸ் க்கு கொண்டு சென்றது.
7.	30 மார்ச் 2017	ஏற்கனவே மீட்டெடுத்த ராக்கெட்டின் முதல்நிலையை மீண்டும் பயன்படுத்தி விண்ணில் செயற்கைகோளை வெற்றிகரமாக ஏவியது மற்றும் இரண்டாவது முறையாக அதே முதல் நிலையை வெற்றிகரமாக மீட்டெடுத்தது. இந்த செயற்கைக்கோளை வெப்பத்திலிருந்து பாதுகாக்க ஹீட் சீல்ட் (Heat shield) பயன்படுத்தப்பட்டது. இரண்டு பகுதிகளாக உள்ள இந்த வெப்பக்காப்பானை கட்டுப்படுத்தப்பட்ட ப்ளைபேக் முறையில் மீட்டெடுத்தது.	ஃபால்கன் 9-எப்.டி (பி1021) ராக்கெட் 5.3 டன் எடை கொண்ட புவிசார் தகவல் தொடர்பு செயற்கைக்கோளை (SES-10) விண்ணில் செலுத்தியது.
8.	3 ஜீன் 2017	ஏற்கனவே விண்ணிற்கு சென்ற வணிக சரக்கு விண்கலத்தை மீண்டும் பயன்படுத்தி வெற்றி கண்டது.	ஃபால்கன்-9 எப். டி.ராக்கெட் ட்ராகன் C106 விண்கலத்தில் (CRS-11) 2.7 டன் எடையை ஐ.எஸ்.எஸ் க்கு கொண்டு சென்றது.

9.	6 பிப். 2018	முதல் தனியார் விண்கலம் சூரிய மைய சுற்றுப்பாதையில் (Heliocentric Orbit) செலுத்தப்பட்டது. (செவ்வாய் கிரக சுற்றுப்பாதையை கடந்து சென்றது)	ஃபால்கன் ஹெவி ராக்கெட் மூலம் 1.3 டன் எடையுள்ள டெஸ்லா எலக்ட்ரிக் (TESLA) காரை விண்ணில் செலுத்தியது.
10.	2 மார்ச் 2019	a) மனித மதிப்பீடு செய்யப்பட்ட க்ரூ இல்லாத விண்கலத்தை (Un crewed Dragon) விண்வெளியின் சுற்றுப்பாதைக்கு அனுப்பிய முதல் தனியார் நிறுவனம். b) சர்வதேச விண்வெளி நிலையத்துடன் ஒரு விண்கலத்தை தன்னிச்சையாக (auto nomously) இணைத்த முதல் தனியார் நிறுவனம் என்ற சாதனை படைத்தது.	ஃபால்கன்-9 பிளாக் 5 ராக்கெட் க்ரூ ட்ராகன் டெமோ-1 மூலம் க்ரூ ட்ராகன்-2 விண்கலத்தை க்ரூ இல்லாமல் ஐ.எஸ்.எஸ்க்கு அனுப்பியது. இந்த விண்கலம் ஐ.எல். எஸ் இல் உள்ள விண்வெளி வீரர் உதவி இல்லாமல் தன்னிச்சையாக ஐ.எஸ்.எஸ் உடன் இணைந்தது.
11.	11 நவ. 2019	ஏப்ரல் 2019இல் விண்ணில் செலுத்தப்பட்ட அரேப்சேட்-6ஏ செயற்கைக்கோளை வெப்பத்திலிருந்து பாதுகாக்க பயன்படுத்தப்பட்ட ஹீட் சீல்டை மீட்டெடுத்து புதுப்பித்து வைத்தது ஸ்பேஸ் எக்ஸ் நிறுவனம். இந்த மீட்டெடுத்த ஹீட்சீல்ட்டை மீண்டும் பயன்படுத்தி ஸ்பேஸ் எக்ஸ் ன் ஸ்டார் லிங்க் செயற்கைக்கோள்களை பாதுகாத்து விண்ணில் செலுத்தி முதல் முறையாக உலக சாதனை படைத்தது.	ஃபால்கன்-9 எப். டி. பிளாக் 5 ராக்கெட்-ஸ்டார் லிங்க் 1 வி 1 மூலம் (ஒரு ஸ்டார்லிங்க் செயற்கைக்கோளின் எடை 260 கிலோ) 60 செயற்கைக்கோள்களை (60x260=15600 கிலோ) பூமியிலிருந்து 290 கி.மீ. சுற்றுப்பாதையில் செலுத்தியது.
12.	29 ஜன.2020	உலகின் மிகப்பெரிய வணிக செயற்கைக்கோள்கள் தொகுப்பு விண்வெளியில் கொண்டுள்ள ஆப்பரேட்டர் என்ற சாதனையை ஸ்பேஸ் எக்ஸ் ன் ஸ்டார்லிங்க் பெற்றது.	ஸ்டார்லிங் 3 வி1 மூலம் 60 செயற்கைக்கோள்களை மீண்டும் நான்காவது முறை விண்ணில் செலுத்தியது.

13.	22 ஏப். 2020	ஃபால்கன் 9 வகை ராக்கெட்டின் 84 வது ஏவுதல் ஆகும். இதன் மூலம் அதிக முறை பறந்த, செயல்பாட்டில் உள்ள அமெரிக்க ராக்கெட் என்ற பெருமையை அட்லஸ்-V வகை ராக்கெட்டை பின்னுக்குத் தள்ளி பெற்றது.	ஏழாவது முறையாக ஸ்டார்லிங்க்-6 வி1 மூலம் செயற்கைக்கோள்களை சுற்றுப் பாதைக்கு அனுப்பியது.
14.	30 மே. 2020	விண்வெளி வீரர்களை தன்னுடைய ராக்கெட்டில் விண்ணுக்கு அனுப்பிய முதல் தனியார் நிறுவனம் என்ற மிகப் பெரிய உலக சாதனையை செய்தது. இரண்டு அமெரிக்க விண்வெளி வீரர்களை ஐ.எஸ்.எஸ்.க்கு க்ரூ ட்ராகன் விண்கலம் மூலம் அனுப்பியது. ஜீலை 2011 ஸ்பேஸ் சட்டில் ஓய்வுக்குப் பிறகு முதன் முறையாக அமெரிக்க மண்ணிலிருந்து விண்வெளி வீரர்கள் ஐ.எஸ். எஸ்க்கு சென்றனர்.	ஃபால்கன் 9 பிளாக் 5 ராக்கெட் மூலம் க்ரூ ட்ராகன் டெமோ-2 விண்கலம் (எண்டோவர்) (க்ரூ ட்ராகன் C 206.1) இரண்டு வீரர்களையும் 5 டன் எடை கொண்டு சாதனங்களையும் கொண்டு சென்றது.
14 a)	2 ஆக. 2020	க்ரூ ட்ராகன் சி 206.1 என்டோவர் விண்கலத்தில் ஐ.எஸ்.எஸ் க்கு மே 2020 இல் சென்ற இரண்டு வீரர்கள் 62 நாட்களுக்குப் பிறகு வெற்றிகரமாக பூமிக்கு திரும்பினர். இந்த விண்கலத்தை ஸ்பேஸ் எக்ஸ் நிறுவனம் மீட்டெடுத்து புதுப்பித்து வைத்தது.	
15.	24 அக். 2020	ஃபால்கன் 9 வகை ராக்கெட்டின் வெற்றிகரமான 100 வது ராக்கெட் ஏவுதல்.	ஃபால்கன் 9 பிளாக் 5 ராக்கெட் மற்றும் ஸ்டார்லிங்க் 14 வி.1 மூலம் 60 செயற்கைக்கோள்களை கொண்டு சென்றது

16.	16 நவ. 2020 (க்ரூ-1 பிளைட்) (Crew-1)	வணிக முறை விண்வெளி வீரர்கள் திட்டத்தில் சுழற்சி முறையில் ஐ.எஸ்.எஸ் க்கு நான்கு அமெரிக்க விண்வெளி வீரர்கள் க்ரூ ட்ராகன் விண்கலம் மூலம் ஃபால்கன் ராக்கெட்டில் சென்றனர். (இந்த ஃபால்கன் 9 ராக்கெட்டின் முதல்நிலையை வெற்றிகரமாக மீட்டெடுத்தது.)	ஃபால்கன் 9 பிளாக் 5 ராக்கெட், க்ரூ-1 பிளைட் மூலம் க்ரூ ட்ராகன் C 207.1 ரெசிலியன்ஸ் விண்கலத்தில் நான்கு வீரர்களை ஐ.எஸ். எஸ் க்கு கொண்டு சென்றது.
17.	13 டிச. 2020	ஏழு டன் அதிக எடை கொண்ட எஸ்.எக்ஸ்-எம்-7 (SXM-7) செயற்கைக்கோளை 224x19411 கி.மீ. உள்ள துணை ஒத்திசைவு சுற்றுப்பாதையில் செலுத்தியது. செயற்கைக்கோளில் உள்ள உந்து சக்திகள் மூலம் இந்த செயற்கைக்கோள் புவி பரிமாற்ற சுற்றுப்பாதைக்கு (Geo Transfer orbit) சென்றது. உலகிலேயே முதல் முறையாக ஏற்கனவே நான்கு முறை பயன்படுத்திய ராக்கெட்டின் பூஸ்டரை மீண்டும் பயன்படுத்தி வணிக செயற்கைக்கோளை ஏவியது. இதேபோல் ஏற்கனவே பயன்படுத்திய ஹீட் சீல்ட்டை மீண்டும் பயன்படுத்தியது.	ஃபால்கன்-9 பிளாக் 5 ராக்கெட்
18.	24 ஜன. 2021	ஒரே ராக்கெட்டில் அதிக செயற்கைக்கோள்களை (143) விண்ணில் செலுத்தி உலக சாதனை படைத்தது. இதில் 10 செயற்கைகோள்கள் 2600 கிலோ எடை கொண்ட ஸ்பேஸ் எக்ஸ் ன் ஸ்டார்லிங்க் செயற்கைக்கோள்கள் ஆகும்.	ஃபால்கன்-9 ராக்கெட் மற்றும் ட்ரான்ஸ்போர்ட்டர் 10
19.	23 ஏப். 2021 (க்ரூ-2 பிளைட்) (Crew-2)	ஏற்கனவே மீட்டெடுத்த என்டோவர் விண்கலம் மற்றும் க்ரூ-1 சென்ற ராக்கெட்டின் முதல் நிலையை மீட்டெடுத்த பூஸ்டரை மீண்டும் பயன்படுத்தி நான்கு விண்வெளி வீரர்களை விண்ணில் செலுத்தி வரலாற்று சாதனை படைத்தது.	ஃபால்கன்-9-பிளாக் 5 ராக்கெட், க்ரூ-2 பிளைட் மூலம் க்ரூட்ராகன் (C 206 2) என்டோவர் விண்கலத்தை செலுத்தியது.

20	17 ஜூன், 2021	தேசிய பாதுகாப்பு பணிக்காக பயன்படும் நாசாவின் செயற்கைக்கோளை ஏற்கெனவே மீட்டெடுத்த பூஸ்டர் ராக்கெட் பயன்படுத்தி விண்ணில் செலுத்தியது. இதற்கு முன்புவரை புதிய ராக்கெட் பூஸ்டரை மட்டும் பயன்படுத்தி வந்தது. ஏனென்றால் ராக்கெட் தோல்வி அடைந்தால் அதிக விலையுள்ள மற்றும் பாதுகாப்பு செயற்கைக்கோள் வீணாகப் போய்விடும்.	ஃபால்கன் - 9 GPSIII-05 B1062 என்ற பூஸ்டர் ராக்கெட் இரண்டாவது முறை செயற்கைக்கோளை செலுத்த பயன்படுத்தப் பட்டது.
21	14 செப்டம்பர் 2021	ராக்கெட்டின் முதல்நிலையை (B1049) பத்தாவது முறையாக விண்ணில் செலுத்தி மற்றும் அதை மீண்டும் மீட்டெடுத்து சாதனை. ஃபால்கன்-9 ராக்கெட் மூலம் 51 ஸ்டார் லிங்க் செயற்கைக் கோள்களை விண்ணில் செலுத்தியது.	a) நிறுவனத்தின் 90வது ராக்கெட்டின் முதல் நிலை மீட்டெடுத்தல் வெற்றி. b) இது ஃபால்கன் - 9 ராக்கெட்டின் 125வது ஒட்டு மொத்த விண்வெளிப் பயணம். c)ஒட்டு மொத்தத்தில் 70வது முறையாக புதுப்பிக்கப்பட்ட பூஸ்டரை மீண்டும் பயன்படுத்தியது.
22	16 செப்டம்பர் 2021	அமெரிக்காவின் தனியார் விண்வெளி சுற்றுலாப் பயணிகள் சென்ற ஸ்பேஸ் எக்ஸ் ஃபால்கன் - 9 ராக்கெட்டின் முதல் விண்வெளி சுற்றுப்பாதை பயணம்.	ஃபால்கன்-9 எப்டி B5 ராக்கெட் இன்ஸ்பிரேஷன் - 4 மூலம் விண்வெளி வீரர் அல்லாத நான்கு அமெரிக்க மக்களை சுற்றுலா பயணமாக 575 கி.மீ உயரமுள்ள விண்வெளி சுற்றுப்பாதைக்கு கொண்டு சென்று சாதனை படைத்தது.

7.3 பால்கன்-9 எப்.டி ராக்கெட் விவரக்குறிப்பு

வ.எண்	அளவுருக்கள் வகை	பால்கன்-9 எப்.டி
1.	உயரம்	70 மீட்டர்
2.	விட்டம்	3.66 மீட்டர்
3.	மொத்த எடை	549 டன்
4.	நிலைகள்	இரண்டு
5.	பூஸ்டர்ஸ்	இல்லை
6.	பேலோட் to LEO	22.8 டன்
7.	பேலோட் to GTO	8.3 டன்
8.	பேலோட் to மார்ஸ்	4 டன்
9.	ஒரு ராக்கெட்டின் விலை	62 மில்லியன் டாலர்

7.3.1 பால்கன் 9 எப்.டி ராக்கெட் முதல்நிலையின் விவரக்குறிப்பு

வ.எண்	அளவுருக்கள் பெயர்	முதல்நிலை
1.	உயரம்	47 மீட்டர்
2.	விட்டம்	3.66 மீட்டர்
3.	முதல்நிலையின் உலர் எடை	22.2 டன்
4.	உந்துவிசைகளின் எடை	411 டன்
5.	எஞ்சின்கள்	ஒன்பது மெர்லின் 1 டி இஞ்சின்கள் உள்ளது
5.1	எஞ்சின் விரிவாக்க விகிதம்	16
5.2	எஞ்சினின் உலர் எடை	470 கிலோ (ஒரு எஞ்சின் எடை)
6.	எரிபொருள் (Fuel)	RP-1 (கெரோசின்)
7.	(Oxidiser) ஆக்சிடைசர்	திரவ ஆக்சிஜன் (Lox)
8.	RP-1 ன் எடை	123 டன்
9.	Lox ன் எடை	287 டன்
10.	RP-1 ன் அளவு	144 கிலோ லிட்டர்
11.	Lox ன் அளவு	235 கிலோ லிட்டர்

12.	RP-1 டேங்க் உருவாக்கும் முறை	ஸ்ட்ரிங்கர் மற்றும் ரிங் முறை (Stringer and rings)
13.	Lox டேங்க் உருவாக்கும் முறை	மோனோகாக் முறை (Monocoque)
14.	டேங்க் உருவாக்கும் பொருள்	அலுமினியம்-லித்தியம்
15.	டேங்கின் அழுத்த முறை	வெப்பப்படுத்தப்பட்ட ஹீலியம் காஸ்
16.	முதல்நிலையின் மொத்த உந்துதல் (Total Thrust)	780 டன்
17.	முதல்நிலை இஞ்சின்களின் இயங்கும் நேரம்	162 நொடிகள்

7.3.2 பால்கன் -9 ராக்கெட் இரண்டாம்நிலையின் விவரக் குறிப்பு

வ.எண்	அளவுருக்கள் பெயர் (Parameters Name)	இரண்டாம்நிலை
1.	உயரம்	12.6 மீட்டர்
2.	விட்டம்	3.66 மீட்டர்
3.	காலி எடை/உலர் எடை	4 Ton
4.	உந்துவிசைகளின் எடை	107.5 டன்
5.	எஞ்சின்	ஓரே ஒரு மெர்லின் 1 டி வெற்றிட எஞ்சின் உள்ளது.
5.1	எஞ்சின் விரிவாக்க விகிதம்	165
5.2	எஞ்சினின் உலர் எடை	490 கிலோ
6.	எரிபொருள்	RP-1
7.	ஆக்சிடைசர்	LOX
8.	RP-1 ன் எடை	32.3 டன்
9.	Lox ன் எடை	75.2 டன்
10.	RP-1ன் அளவு	38 கிலோ லிட்டர்
11.	Lox ன் அளவு	62 கிலோ லிட்டர்
12.	RP-1 டேங்க் உருவாக்கும் முறை	மோனோகாக்

13.	Lox டேங்க் உருவாக்கும் முறை	மோனோகாக்
14.	டேங்க் உருவாக்கும் பொருள்	அலுமினியம் & லித்தியம்
15.	டேங்கின் அழுத்தமுறை	வெப்பப்படுத்தப்பட்ட/ சூடாக்கப்பட்ட ஹீலியம் காஸ்
16.	இரண்டாம் நிலையின் உந்துதல்	93 டன்
17.	இரண்டாம் நிலை இஞ்சின்களின் இயங்கும் நேரம்	397 நொடிகள்

8

ஃபால்கன்-9 ராக்கெட்டின் மீட்பு தொழில் நுட்பம்

ஒரு ராக்கெட்டை வடிவமைப்பதற்கு முதலில் தேர்வு செய்ய வேண்டியது அதன் வடிவியல் சம்பந்தமான விட்டம், உயரம் மற்றும் தேவையான உந்துதல், எத்தனை நிலைகள் (*Stages*) மற்றும் மொத்த எடை (*Gross Weight*), ஏவுதளம் உள்ள இடம், மீட்பு (*Recovery*) தொழில்நுட்பம் மற்றும் இன்னும் பல. வடிவியல் சம்பந்தமானவற்றை தேர்வு செய்யும்போது அந்த நாட்டில் உள்ள சாலைவசதி, மேம்பாலங்களின் திறன் போன்ற போக்குவரத்து வசதிகளை நினைவில் கொள்ளவேண்டும். இந்தியாவில் 5 மீட்டருக்கு மேல் விட்டம் கொண்ட ராக்கெட் சாதனங்களை வடிவமைக்கும் போது ஒரு இடத்தில் இருந்துமற்றொரு இடத்திற்கு கொண்டு செல்வதற்கான இடையூறுகள் உள்ளன. இதை மனதில் வைத்துதான் அமெரிக்காவின் ராக்கெட்டுகள் வடிவமைப்பு செய்யப்பட்டன. அமெரிக்காவில் சிலகுறிப்பிட்ட பகுதிகளில் 10 மீட்டர் விட்டம்

8.1 ஸ்பேஸ் எக்ஸ்ன் ராக்கெட்டை கடலில் மீட்டெடுக்கும் ட்ரோன் கப்பல்

8.2 ட்ரோன் கப்பலில் பால்கன்9 ராக்கெட்டின் முதல் நிலையை மீட்டெடுத்த பிறகு எடுத்த படம்.

(Diameter) உள்ள பாகங்களை கொண்டு செல்லமுடியும். ஸ்பேஸ் எக்ஸின் ஃபால்கன்-9 ராக்கெட் முதல்நிலை விட்டம் 3.7 மீட்டர் மற்றும் மேல்பகுதி 5 மீட்டர் விட்டம் உடையது. மெர்லின் ராக்கெட் இஞ்சின் இந்த ராக்கெட்டில் பயன் படுத்தப்படுகிறது. ஃபால்கன்-9 இரண்டு நிலை கொண்ட ராக்கெட் ஏவுதல் வாகனம். சுற்றுப்பாதை வேகத்தை அடைவதற்கு இந்த இரண்டு தனித்தனி நிலைகள் (Stages) தொடர்ச்சியாக உந்துவிசையை வழங்குகின்றன. கிரையோஜெனிக் திரவ ஆக்சிஜன் (Liquid Oxygen, LOX) மற்றும் ராக்கெட் தரவகை மண்ணெண்ணெய் (Kerosene) உந்து சக்திகளாக இந்த மெர்லின் ராக்கெட் இஞ்சினில் பயன் படுத்தப்படுகிறது. இது மிகவும் பாதுகாப்பானது மற்றும் மலிவு விலையில் திரவ ஹைட்ரஜனோடு ஒப்பீடும் போது கிடைக்கும் என்பதால் பரவலாக ராக்கெட் இஞ்சினில் பயன்படுத்தப்படுகிறது. எலான் மஸ்க், ஸ்பேஸ் எக்ஸ் நிறுவனத்தை ஆரம்பித்தபொழுது ஒரு பத்திரிகையாளர் இவரது திட்டங்கள் எல்லாம் கற்பனையாகவே இருக்கும் என்று ஏளனம் செய்தார். அதனால்தான் கற்பனையான ஸ்டார் வார்ஸ் விண்கலமான மில்லினியம் ஃபால்கன் என்பதிலிருந்த ஃபால்கன் என்ற பெயரை தனது ராக்கெட்டிற்கு நிறுவி கற்பனையானதை உண்மையாக்கி காட்ட முடியும் என்ற தன்னம்பிக்கையை காட்டினார். திரவ எரிபொருளில் இயங்கும் இந்த மெர்லின் இஞ்சினை முதலில்

8.3 பால்கன்-9 ராக்கெட்டின் முதல் நிலையை நிலத்தில் மீட்டெடுக்கும் படம்.

உருவாக்கினார். இது பல வேறுபாடுகள் மற்றும் பதிப்புளையும் தாண்டி முழுவடிவமாக உருவானது. மெர்லின் 1டி-எப்.டி (Merlin 1 D FT) என்று அழைக்கப்படும் இந்த ஒரு இஞ்சினின் உந்துதல் 93 டன் ஆகும். இது ராக்கெட்டின் இரண்டாம் நிலையில் பயண்படுத்தப்படுகிறது. ராக்கெட்டின் முதல் நிலையில் பயன் படுத்தப்படும் ஒரு இஞ்சினின் உந்துதல் தோராயமாக 84 டன். ராக்கெட் வடிவத்தின் முக்கியமான விதி என்பது முதல் நிலையின் உந்துதல் மற்றும் மொத்த ராக்கெட் எடை இவற்றின் விகிதம் குறைந்தது 1.20க்கு மேலே இருக்க வேண்டும். அப்பொழுது தான் ராக்கெட் ஏரோ (Aero) சம்பந்தமான விளைவுகளை தாண்டி மேலே எழும்பி செல்லும். ஃபால்கன்-9 ராக்கெட்டின் மொத்த எடை 550 டன். முதல் நிலையில் மொத்தம் ஒன்பது மெர்லின் இஞ்சின் உள்ளது. இதன்மொத்த உந்துதல் தோராயமாக 720 டன். இதன்மூலம் ராக்கெட்டின் உந்துதல்-எடை விகிதம் 1.3 கிடைக்கும். செயற்கைகோள் எடுத்து செல்லும் ராக்கெட்டின் முதல் நிலை 162 நொடிகள் இயங்கி 70-80 கி.மீ வரை எடுத்து சென்று 2.5 கி.மீ/ செகன்ட் வேகத்தை அடையும். ஸ்பேஸ் எக்ஸ் இந்த முதல் நிலையை மீட்டெடுக்கும் திட்டத்தை டிசம்பர் 2015ல் வெற்றிகரமாக செய்தது. மற்ற நாடுகளின் ராக்கெட்டுகளின் முதல் நிலை அதன் பயன்பாடு முடிந்த பிறகு கடலில் வீணாக விழுந்துவிடும். ஆனால் ஸ்பேஸ் எக்ஸ் முதல்நிலையை மீட்டெடுப்பதால் (Recovery)

30 மில்லியன் டாலர் மதிப்பு பணத்தை இலாபம் ஈட்டுகிறது. ராக்கெட்டின் முதல்நிலையின் காலியான (அதாவது எரிபொருள் எல்லாம் தீர்ந்த பிறகு) எடை தோராயமாக 22 முதல் 24 டன் இருக்கும். முதல் நிலையில் உள்ள 9 இஞ்சினில் நடுவில் உள்ள ஒரு எஞ்சின் உந்துதலை குறைக்கும் தொழில் நுட்பத்திற்கு (Throttling) உட்பட்டு செயல் படுகிறது. அதாவது 40% முதல் 60% வரை உந்துதலை குறைக்கும். ஒரு இஞ்சினின் முழு உந்துதல் ஆன 85 டன்னில், 40 சதவீதம் என்பது 33 டன். இந்த உந்துதலை பயன்படுத்தி 24 டன் உள்ள முதல் நிலையை தானாக கீழே விழாமல் கட்டுபாடுகளுடன் இயக்கி தரையில் பாதுகாப்பாக கொண்டு வந்து சேர்க்கும். இதே போல் கடலில் உள்ள கப்பலிலும் தரை இறக்கி வெற்றிபெற்றுள்ளது. இதற்கு நான்கு கால்கள் உள்ள தரையிறங்கும் அமைப்பு (Landing legs) ராக்கெட்டின் அடியில் பொருத்தப்பட்டுள்ளது. தரையிறங்கும் போது அதன் வேகம் ஒரு நொடிக்கு 5 மீ முதல் 8 மீ வரை மட்டுமே இருக்க வேண்டும். ஃபால்கன்-9 எப்.டி என்ற ராக்கெட் ஆர்ப்காம்-ஓஜி2 என்ற செயற்கை கோளை பூமியின் சுற்றுப்பாதைக்கு 2015ல் கொண்டு சென்ற போது, ராக்கெட்டின் 24 டன் எடையுள்ள முதல் நிலையை இந்த ராக்கெட் ஏவிய இடத்தின் அருகிலேயே நிலத்தில் செங்குத்தாக தறை இறக்கி (Vertical Landing) மீட்டெடுத்து வரலாற்று சாதனையை படைத்தது.

இந்த வெற்றி ஸ்பேஸ் எக்ஸ்க்கு அவ்வளவு எளிதாக கிடைக்கவில்லை. 2010 முதல் ஐந்து வருடமாக கடும் உழைப்பின் மூலம் கிடைத்தது. இதற்கு முன்பு இந்த மீட்பு தொழில்நுட்பத்தை மாதிரி ராக்கெட் (Test Rocket) மூலம் சோதனைகள் செய்தது. வெர்டிகல் டேக் ஆப் வெர்டிகல் லேன்டிங் (VTVL) முறையில் மீட்டெடுக்க ஆய்வு செய்தது. முதலில் 32 மீட்டர் உயரம் உள்ள ஃகிராஸ்ஹோப்பர் (Grosshopper) என்ற ஃபால்கன்-9 முன்மாதிரி ராக்கெட்டை (Prototype) 2012ல் வடிவமைத்து உருவாக்கியது. இதில் ஃபால்கன்-9 வி-1ல் பயன்படுத்திய ஒரு மெர்லின் 1டி இஞ்சின் பயன்படுத்தப்பட்டது. லேண்டிங் கியர்ஸ் (Landing Gears) இருந்தது. இந்த மாதிரி ராக்கெட் ஆக்டோபர் 2013ல் 744 மீட்டர் உயரத்திற்கு 80 நொடியில் சென்று வெற்றிகரமாக மீட்டெடுக்கப்பட்டது. அதற்கு முன்பு ஏழு தடவை பல உயரத்திற்கு பறந்து சோதனை செய்யப்பட்டது. பின்பு இந்த மாதிரி ராக்கெட் ஓய்வு பெற்றது.

பின்பு இரண்டாவதாக 60 மீட்டர் உயரம் உள்ள கிராஸ் ஹோப்பர் என்ற ஃபால்கன்-9 வி 1.1 வகையைச் சேர்ந்த மாதிரி ராக்கெட்டை

(F9R Dev 1) உருவாக்கி முதல் சோதனையை ஏப்ரல் 2014ல் செய்தது. இது 250 மீட்டர் உயரம் பறந்து சென்று பின்பு வெற்றிகரமாக தறை இறங்கியது. பின்பு ஐந்தாவது சோதனையாக இந்த மாதிரி ராக்கெட் ஆகஸ்டு 2014ல் ஏவியபோது ராக்கெட்டில் ஏற்பட்ட கோளாறு காரணமாக வெடித்து சிதறப்பட்டது. பின்பு மூன்றாவதாக உருவாக்கிய மாதிரி ராக்கெட் (F9R Dev 2) அமெரிக்காவின் பெடரல் ஏவியேஷன் அட்மினிஸ்ட்ரேசன் (FAA) ன் சான்றிதழ் கெடுபிடி மற்றும் தரையிறக்கும் பாதுகாப்பு ஆகிய காரணங்களால் கைவிடப்பட்டது. இதற்கு பிறகு மாதிரி ராக்கெட் உருவாக்கி சோதனை செய்வதை இந்நிறுவனம் நிறுத்தியது.

இதற்கு முன்பே 2013ல் ஸ்பேஸ் எக்ஸ், அவர்களின் பிரதான ஃபால்கன் 9 ராக்கெட்டுகளை பயன்படுத்தியே VTVL டெஸ்டுக்கு பயன்படுத்த வேலையை தொடங்கி இருந்தது. பின்பு இந்த மாதிரி ராக்கெட் ஓய்வுக்கு பிறகு பிரதான ஃபால்கன் ராக்கெட்டை விண்ணில் ஏவி நிலத்திலும், கடலிலும் உள்ள கப்பலிலும் மீட்டெடுக்க முயற்சி செய்து பல தோல்விகளையும் சந்தித்தது. முதல் நிலையை மீட்டு எடுக்காமல் போனதே தவிற மற்ற ஏவுகணையைப் போல் செயற்கை கோள்களை வெற்றிகரமாக சுற்றுப்பாதையில் செலுத்தி வந்தது என்பது குறிப்பிடத்தக்கது. பின்பு மேலே கூறியது போல் 2015ல் மீட்பு தொழில் நுட்பத்தில் வெற்றி பெற்றது.

9

ராக்கெட் மறு பயன்பாட்டுக்கான தேடல்

விண்வெளி பயன்பாட்டில் ஒரு முக்கியமான காரணி என்பது விண்கலத்தை ஏவுவதற்கான செலவைக்குறைப்பது என்பதாகும். உலகநாடுகள் எல்லோரும் இதில் போட்டி போட்டுக்கொண்டு தொழில் நுட்பத்தை உருவாக்க கடந்த 50 ஆண்டுகளாக முயற்சி செய்தனர். குறிப்பாக செலவிடக்கூடிய ஏவுதள வாகனம் (Expendable Launch Vehicle) என்பது ஒருமுறை மட்டும் பயன்பட கூடியது. இது ஒரு ஜெட் போக்குவரத்திற்கு ஆகிற செலவாகும். இதுவே விண்வெளி ஏவுதல் வாகனங்களின் முதல் நிலையை மீட்டு பல ஏவுதல்களுக்கு மீண்டும் பயன் படுத்தக்கூடிய (Reuse) தாக்குவதன் மூலம் இது போன்ற அதிக செலவுகளைத் தவிர்க்கமுடியும். ஏனென்றால் ராக்கெட்டின் முதல் நிலை என்பது கனமான பகுதியாகும். அதாவது மிகப்பெரிய ராக்கெட் இஞ்சின்கள், நிறைய எரிபொருள் மற்றும் அதனை நிரப்பக்கூடிய தொட்டிகள் மற்றும் மிக உயர்ந்த உந்துதல் ஆகியவற்றைக்கொண்டுள்ளது. நாசாவின் விண்வெளி விண்கல ஓடத்தின் (Space Shuttle) அசல் திட்டம் மற்றும் வடிவமைப்பு என்பதே மீண்டும் முழுமையாக பயன்படுத்தக்கூடிய வாகனமாக இருக்க வேண்டும் என்பதே. ஆனால் துரதிர்ஷ்டவசமாக தொழில்நுட்பத் தடைகள் மற்றும் நிதிக்கட்டுப்பாடுகள் காரணமாக அந்த திட்டங்களை தொடர முடியாமல் உண்மையில் ஓரளவு (Partial) மட்டுமே மீண்டும் பயன் படுத்தக்கூடியதாக வடிவமைத்தது. இந்த விண்வெளி விண்கலத்தை ஏவுவதற்கான செலவு என்பது செலவிடக்கூடிய ஏவுகள வாகனத்தை விட மிக மிக அதிகம். அதனால் அமெரிக்கா தொடக்க காலத்தில் செலவைக்குறைக்க, முழுமையாக மறுபடியும் பயன்படுத்தக்கூடிய ஒற்றை நிலை சுற்றுப்பாதை (Single Stage to Orbit) ஏவுகணை வாகனத்தை உருவாக்க பல தொடர்ச்சியான திட்ட முயற்சிகளை மேற்கொண்டது. அதாவது இந்த ஏவுகணையின் எந்தப்பகுதியையும் சிதறவிடாமல் நேரடியாக சுற்றுப்பாதையில் நிலை நிறுத்துவதாகும். இந்த முயற்சிகளில் தேசியவிண்வெளி விமானதிட்டம் (1986-93 ஆண்டுகளில்) மற்றும் எக்ஸ்-33 திட்டம் (1995-2001) ஆகியவை அடங்கும். ஆனால் இந்த தொழில் நுட்பத்தில் போதுமான

முதிர்ச்சி அந்த காலகட்டங்களில் இல்லாததால் முழுமையான முயற்சி அடைவதற்கு முன்பே இரண்டு திட்டங்களும் ரத்து செய்யப்பட்டன. அமெரிக்காவின் பல தொழில் முனைவோர் நிறுவனங்கள் விண்வெளி அணுகலுக்கான (Cost of Space Access) செலவைக்குறைப்பதற்கான பல்வேறு அணுகுமுறைகளையும் ஆராய்ந்தன. இந்த அணுகுமுறைகள் சோவியத் என்-1 என்ற சந்திர ஏவுதள வாகனத்தில் பாராசூட் மூலம் காலியான ராக்கெட்டின் முதல் நிலையை மீட்டெடுக்க திட்டம் வகுத்தது. ஆனால் இந்த முயற்சிகள் எதுவும் தொழில் நுட்ப ரீதியாக வெற்றிபெறவில்லை. மேலும் அந்த மாதிரியான ஆராய்ச்சிகள் தொடர போதுமான முதலீடுகளும் எந்த நாட்டுக்கும் கிடைக்கவில்லை என்பதுதான் நிதர்சனமான உண்மை. அந்த சமயத்தில்தான் 2002ல் எலான் மஸ்க் ஸ்பேஸ் எக்ஸ் நிறுவனத்தை உருவாக்கி தனது பணத்தை முதலீடு செய்து ஏற்கனவே நிரூபிக்கப்பட்ட திரவ எஞ்சின் தொழில் நுட்பத்தை பயன்படுத்தி முதலில் செலவழிக்கக்கூடிய ஏவுகணை வாகனமாக ஃபால்கன் ராக்கெட்டை உருவாக்கும் முயற்சியை தொடங்கினார்.

தொடர் முயற்சி செய்து மலிவு விலையில் விண்வெளிப்பயணத்தை நிஜமாக்கும் என்ற நம்பிக்கையை தனது ஃபால்கன் ராக்கெட்டின் வெற்றிமூலம் 2008ல் தொடங்கிவைத்தார். இந்த இரண்டுநிலை கொண்ட திரவ எரிபொருளில் இயங்கும் ஃபால்கன் ராக்கெட் மற்ற விண்வெளி தனியார் போட்டியாளர்களான லாக் ஹிட்மார்ட்டின், யு.எல்.ஏ மற்றும் போயிங் விட மிகவும் மலிவானது. மேலும் இந்த வெற்றிக்கு பிறகு மீண்டும் பயன் படுத்தக்கூடிய ராக்கெட்டுகளை (Reusable Rocket) உருவாக்கும் திட்டத்தில் ஸ்பேஸ்-எக்ஸ் நிறுவனம் கவனம் செலுத்தியது. ஸ்பேஸ்-எக்ஸ் ஃபால்கன்-9 ராக்கெட்டின் முதல் நிலையை நிலத்தில் 2015ல் மீட்டெடுத்தது. இவ்வாறு மீட்டு எடுத்த ராக்கெட்டின் முதல் நிலையை மீண்டும் விண்ணில் 2017-ல் வெற்றிகரமாக செலுத்தி அதையும் மீட்டு விண்வெளித்துறையில் மிகப்பெரிய புரட்சியை ஸ்பேஸ்-எக்ஸ் நிறுவனம் ஏற்படுத்தியது. மேலும் மலிவுவிலையில் விண்வெளிப்பயணம் சாத்தியம் என்ற நம்பிக்கையை இந்நிறுவனம் உருவாக்கியது.

9.1 ஃபால்கன்-9 ராக்கெட் ஏவுதல் மற்றும் மறுபயன்பாட்டுக்கான விலைகள்

1970 முதல் 1980 காலகட்டங்களில் 1 கிலோ பொருளை பூமியின் குறைந்த சுற்றுப்பாதை (LEO) அல்லது விண்வெளி ஆராய்ச்சி நிலையத்திற்கு கொண்டு செல்ல அமெரிக்காவின் விண்வெளி விண்கல ஓடம் 55,000 அமெரிக்க டாலர் வசூல் செய்தது. பின்பு 1995

காலகட்டங்களில் 27000 அமெரிக்க டாலராக குறைந்தது. இப்பொழுது பயன்பாட்டில் இருக்கும் டெல்டா-4 ஹைவி ராக்கெட் 28 டன் LEO க்கும், 13.8 டன் எடையை புவி பரிமாற்றசுற்றுப்பாதைக்கும் (Geo Transfer Orbit (GTO)) கொண்டு செல்லக்கூடிய திறன் கொண்டது. ஆனால் இதன் விலையானது 440 மில்லியன் டாலராகும். ஒரு கிலோ பொருளை கொண்டு செல்ல 16,000 டாலர் செலவாகும். இதே பேல் அமெரிக்காவின் யு.எல்.ஏ. கம்பெனியின் மற்றொரு ராக்கெட்டான அட்லஸ்-5-551 ராக்கெட் LEO க்கு 20 டன் எடையை கொண்டு செல்லமுடியும். இதன் விலை 150 மில்லியன் டாலர். ஒரு கிலோ எடைக்கு 7600 டாலர் செலவாகும். இதே போல் மற்ற நாடுகளான ரஷ்யா, ஜப்பான், சீனா, ஐரோப்பியநாடுகள் மற்றும் இந்திய ராக்கெட்டுகளின் விலையும் ஸ்பேஸ் எக்ஸ் ராக்கெட்டுகளின் விலையை விட கூடுதலாகும்.

ஒரு ராக்கெட் பல நிலைகளை கடந்து வரும் போது அதற்காக நிறைய செலவுகள் செய்யப்படுகின்றன. தொடக்ககாலத்தில் வடிவமைப்பதற்கு வளர்ச்சி செலவுகள் தேவைப்படுகின்றது. அதாவது மேம்பாட்டு வளர்ச்சி செலவு (Development Cost) என்பது ராக்கெட் வாகனத்தை வடிவமைத்து சோதிக்க தேவையானதாகும். ஒரு நிறுவனத்தின் மூலதனத்தில் இதற்காக பெரும்பகுதி செலவிடப்படுகின்றது. அதன் பின்பு அதை உருவாக்குவதற்கான உற்பத்தி செலவு (Production Cost) என்பதாகும். உற்பத்தி செலவு என்பது அதை உருவாக்குவதற்காக பொருள் (Materials) களுக்கு

9.1 பால்கன்-9 ராக்கெட்டின் வெற்றிகரமாக மீட்கப்பட்ட முதல் நிலை (மீண்டும் மறுபயன்பாட்டுக்கு உட்படுத்தப்பட்டது.)

செலவு, தரத்தை ஆய்வு செய்வதற்கான செலவு மற்றும் பொறியியல் சம்பந்தமான ஆதரவு செலவுகள் மற்றும் ராக்கெட்டின் இயந்திரத்தின் உற்பத்தி செலவு இவையெல்லாம் அடங்கியது.

இவ்வாறாக ராக்கெட் உருவான பின்பு அதற்கான செயல்பாட்டு செலவுகள் (Operations Cost) தேவைப்படுகின்றது. இந்த செலவு என்பது குறிப்பாக உந்துசக்திகள் (Propellant) பிறநுகர் பொருட்கள் (Other Consumables), ஏவுதளம் தொடர்புடைய செலவுகள், ராக்கெட்டை கொண்டு செல்வதற்கான போக்குவரத்து செலவுகள் மற்றும் பேரழிவு தோல்வியிலிருந்து பேலோட் (Payload) மற்றும் பிற சொத்துக்களை காப்பதற்கான காப்பீட்டு (Insurance) செலவு இவையெல்லாம் அடங்கும்.

ஸ்பேஸ் எக்ஸ் நிறுவனம் மேலேகூறிய அனைத்து செலவுகளையும் கணக்கில் எடுத்துக் கொண்டு தனது ராக்கெட்டுக்கு விலையை நிரணயிக்கிறது. இது ஒரு அரசு நிறுவனமாக இல்லாமல் தனியார் நிறுவனமாக இருப்பதால் லாப நோக்கையும் கவனத்தில் கொள்ள வேண்டும் என்பது குறிப்பிட வேண்டியது.

ஸ்பேஸ் எக்ஸ் ஃபால்கன்-1 ராக்கெட் 2006ல் உருவாக்கியபொழுது ஒரு கிலோவுக்கு 10,000 டாலர் நிர்ணயம் செய்து இருந்தது. இதில் ராக்கெட்டை மீட்டெடுப்பதற்கான தொழில் நுட்பம் பயன்படுத்தவில்லை. ஃபால்கன்-9 எப்.டி வகை ராக்கெட் இன்று பயன்பாட்டில் உள்ளது. ஏற்கனவே கூறியது போல் இந்த ராக்கெட்டின் LEO க்கு கொண்டு செல்லக்கூடிய எடை 22.8 டன் ஆகும் இந்த ராக்கெட்டின் விலை (Price) 62 மில்லியன் டாலர் ஆகும். ஒரு கிலோ பொருளை கொண்டு செல்ல 2675 டாலர் மட்டுமே செலவாகும் (இன்றைய மதிப்பில் இந்திய ரூபாய் இரண்டு லட்சம்). உலகத்திலுள்ள ராக்கெட்டுகளின் விலையோடு ஒப்பீடும் போது இது இரண்டரை மடங்கு குறைவானதாகும். மேலும் இந்த விலையானது முதல்நிலையை மீட்டெடுக்காமல் ராக்கெட்டை பயன் படுத்தும் போது வரக்கூடியது.

ஃபால்கன்-9 எப்.டி ராக்கெட்டின் முதல் நிலையை உருவாக்க தேவையான செலவு 30 மில்லியன் டாலர் (60%); இரண்டாவது நிலைக்கான செலவு 10 மில்லியன் டாலர் (20%); செயற்கைக்கோளை வெப்பத்திலிருந்து பாதுகாக்க பயன்படும் இரண்டு அரை பகுதிகள் கொண்ட ஹீட்சீல்ட்டை உருவாக்க தேவைப்படும் செலவு 5.5 மில்லியன் டாலர் (10%). உந்துசக்திகள் மற்றும் மற்றவைக்கு செலவிடப்படுவது 5 மில்லியன் டாலர் (10%). இவ்வாராக ஒரு ஃபால்கன்-9 ராக்கெட்டை உற்பத்தி செய்வதற்கான செலவு 50 மில்லியன் டாலர் (இந்தியமதிப்பில் 50x7.2= 360 கோடி ரூபாய்)

இந்த ராக்கெட்டை முதல் தடவை ஏவுவதற்கு வாடிக்கையாளரிடம் வசூலிக்கும் தொகை 62 மில்லியன் டாலர் (62X7.2=446 கோடி ரூபாய்). இதன்மூலம் முதல் ஏவுதளில் ஸ்பேஸ் எக்ஸ்க்கு கிடைக்கும் லாபம் (62-50.5)=11.5 மில்லியன் டாலர் (82 கோடி ரூபாய்). இந்த முதல்தடவை ஏவுதளின் போது ஃபால்கன்-9 ராக்கெட்டின் முதல்நிலையை ஸ்பேஸ் எக்ஸ் மீட்டெடுக்கும். அதே போல் ஹீட்சீல்ட்டையும் மீட்டெடுக்கும். இப்படி மீட்டெடுத்த ராக்கெட் பாகத்தை இரண்டாவது தடவை மீண்டும் மறுபயன்பாட்டுக்கு விட்டு விடும். அதாவது இரண்டாவதாக ஏவும் ராக்கெட்டுக்கான செலவு என்பது 15.25 மில்லியன் டாலர் மட்டுமே (இரண்டாவது நிலைக்கு 10 மில்லியன் டாலர்; உந்துசக்திகள்; 5 மில்லியன் டாலர் மற்றும் முதல் நிலையை புதுப்பித்தலுக்கான செலவு 2,50,000 டாலர் மட்டுமே).

இரண்டாவது ஏவுதல்: இரண்டாவது ஏவுதலுக்கு வாடிக்கையாளரிடம் வசூலிக்கும் தொகை 50 மில்லியன் டாலர். மறுபயன்பாடு இஞ்சின் என்பதால் வாடிக்கையாளருக்கு 12 மில்லியன் டாலர் சலுகை வழங்குவதால் வாடிக்கையாளரும் திருப்தி அடைவர். ஆனால் இந்த இரண்டாவது ராக்கெட் ஏவுதளின் மூலம் மட்டும் ஸ்பேஸ்-எக்ஸ்க்கு கிடைக்கும் லாபம் (50-15.25) 34.75 மில்லியன் டாலர் (250 கோடி ரூபாய்)

இந்த இரண்டாவது ஏவுகளின் போதும் ராக்கெட்டின் முதல் நிலையை மீட்டெடுக்கும். ஆனால் ஹீட்சீல்டை மீண்டும் பயன்படுத்தமுடியாது என்பதால் அதை மீட்டெடுக்க முயலாது.

மூன்றாவது ஏவுதல்: மூன்றாவது ராக்கெட் ஏவுதலில் மீட்டெடுத்த ராக்கெட்டின் முதல் நிலையை மீண்டும் பயன்படுத்தும். இந்த மூன்றாவது ஏவுதலுக்கு பயன்படும் ராக்கெட்டின் செலவு 20.75 மில்லியன் டாலர் மட்டுமே (இரண்டாம் நிலை; 10 மில்லியன் டாலர்; ஹீட்சீல்ட்; 5.5 மில்லியன் டாலர்; உந்து சக்திகள் 5 மில்லியன் டாலர் மற்றும் மீண்டும் மீட்டெடுத்த முதல்நிலையை புதுப்பித்தலுக்கான செலவு 2,50,000 டாலர்)

மூன்றாவது ஏவுதளுக்கு வாடிக்கையாளரிடம் இருந்து வசூலிக்கும் தொகை 50 மில்லியன் டாலர். ஏற்கனவே கூறியது போல் இந்த ஏவுதளின் போதும் வாடிக்கையாளருக்கு 12 மில்லியன் டாலர் சலுகை கிடைக்கும். இந்த மூன்றாவது ராக்கெட் ஏவுதளின் மூலம் மட்டும் ஸ்பேஸ் எக்ஸ் நிறுவனத்துக்கு கிடைக்கும் லாபம் (50-20.75) 29.25 மில்லியன் டாலர் (210 கோடி இந்திய ரூபாய்)

இவ்வாறாக ஒரு தடவை உற்பத்தி செய்த ராக்கெட்டின் முதல் நிலை மற்றும் ஹீட்சீல்டை மீண்டும் மறுபயன் பாட்டுக்கு

உட்படுத்தி மூன்றாவது ராக்கெட் ஏவுதலுக்கு பிறகு ஸ்பேஸ் எக்ஸ்க்கு கிடைக்கும் லாபம் என்பது (11.5+34.25+29.25) தோராயமாக 75 மில்லியன் டாலர் (540 கோடி ரூபாய்)

மேலும் ஸ்பேஸ் எக்ஸ் இந்த இஞ்சினை 10 தடவை புதுப்பித்து பயன்படுத்துவதற்கு வடிவமைத்து இருப்பதாக கூறுகிறது. புதுப்பித்தலின் போது அதன் நம்பகத்தன்மை (Reliability) குறையாமல் இருக்க நிறைய மார்ஜின் (Margin) கொடுத்துள்ளது.

இவ்வாறாக இந்த ஒரே இஞ்சினை பத்தாவது முறையாக பயன்படுத்தும் பொழுது அதற்கான செலவு (Cost) என்பது 210 மில்லியன் டாலர். ஆனால் வருவாய் (Revenue) என்பது 512 மில்லியன் டாலர். இதனால் கிடைக்கும் லாபம் (512-210) 302 மில்லியன் டாலர் (2175 கோடி ரூபாய் இந்திய மதிப்பில்) ஆகும்.

இதேபோல் ஃபால்கன் ஹெவிராக்கெட்டை முதல் தடவை பயன் படுத்தும்போது (முதல்நிலையை மீட்டெடுக்காமல்) அதன் விலை 150 மில்லியன் டாலர். 64 டன் எடையை பூமியின் குறைந்த சுற்றுப்பாதைக்கு எடுத்துச்செல்லும். இதனால் ஒரு கிலோவுக்கு 2500 டாலர் செலவாகும்.

முதல் நிலையை முழுவதுமாக மீட்டெடுத்து (இரண்டு பூஸ்டர் மற்றும் மெயின் இஞ்சின்கள்) மீண்டும் பயன்படுத்தும் போது இந்த ராக்கெட்டின் விலை 90 மில்லியன் டாலர். முதல் நிலையை மீட்டெடுக்க உந்துசக்திகள் (Propellents) பயன்படுத்துவதால் 57 டன் எடையை மட்டும் LEO க்கு கொண்டு செல்லமுடியும். ஒரு கிலோ எடைக்கு 1600 டாலர் மட்டுமே செலவாகும். ஸ்பேஸ் எக்ஸ் நாசாவின் ஒப்பந்தப்படி சர்வதேச விண்வெளி நிலையத்திற்கும் விண்வெளி வீரர்களை தன்னுடைய ஃபால்கன்-9 பிளாக்-5 ராக்கெட் மூலம் அனுப்பி வருகிறது. தன்னுடைய ராக்கெட் மீட்டெடுப்பு மூலம், ஒரு விண்வெளி வீரருக்கு 55 மில்லியன் டாலர் மட்டுமே வசூலிக்கிறது. மாறாக ரஷ்யாவின் சோயுஸ் விண்கலம் 80 முதல் 90 மில்லியன் டாலர் வரை ஒரு வீரருக்கு கட்டணமாக வசூலிக்கிறது என்பது குறிப்பிடத்தக்கது.

மேலும் ஸ்பேஸ் எக்ஸ், ஸ்டார் ஷிப்-பூஸ்டர்ஹெவி என்ற இரண்டு நிலை ராக்கெட்டை முழுவதும் மீட்டெடுக்கக்கூடிய வகையில் வடிவமைத்து வருகின்றது. இவ்வாறு புதிய தொழில் நுட்பங்களைக்கொண்டு ஒரு கிலோ உள்ள பொருளை 20 டாலருக்கு விண்ணில் செலுத்த ஸ்பேஸ் எக்ஸ் முயற்சி செய்து வருகின்றது.

10

ஃபால்கன்-9 ராக்கெட்டின் சர்வதேச விண்வெளி நிலையப் பயணம்

10.1 க்ரூ டிராகன் டெமோ-2 எண்டோவர் விண்கலம் விண்வெளி பயணம் மற்றும் உலக சாதனை

உலக நாடுகள் எல்லாம் குறிப்பாக அமெரிக்கா, ஐரோப்பிய நாடுகள் மற்றும் சீனா, கோவிட் - 19 என்று சொல்லக்கூடிய கொரோனா வைரசால் நவம்பர் 2019 முதல் ஏப்ரல் 2020 வரை மிகவும் பாதிக்கப்பட்டது. ஆயிரக்கணக்கான மக்கள் இந்த வைரசின் கோர தாண்டவத்துக்கு பலியானர். ஒருவருக்கு வைரஸ் வந்தால் அவர் தெருக்களில் நடமாடினால் மற்றவருக்கும் பரவி விடும். அதனால் மக்கள் பொது இடங்களில் மற்றும் அலுவலகங்களில் ஒன்றாக கூட்டமாக திரள அனுமதிக்கவில்லை. ஆனால் இதையெல்லாம் ஸ்பேஸ்-எக்ஸ் விண்வெளி நிறுவனம் கண்டு கொள்ளவில்லை போலும். அவர்கள் எப்பொழுதும் போல் தங்கள் வேலைகளை 2020 தொடக்கத்தின் முதல் செய்து கொண்டு இருந்திருக்கார்கள். ஏனென்றால் டக்ளஸ் ஹர்லி மற்றும் ராபர்ட் பெஹன்கென் என்ற இரண்டு அமெரிக்க விண்வெளிவீரர்களை அமெரிக்காவின் தனியார் விண்வெளி நிறுவனமான ஸ்பேஸ்-எக்ஸ் தன்னுடைய ஃபால்கன்-9 பிளாக்-5 ராக்கெட் மூலம் 30-5-2020ல் சர்வதேச விண்வெளி நிலையத்திற்கு (ஐ.எஸ்.எஸ்) அனுப்பி மிகப்பெரிய உலகசாதனை படைத்தது. சர்வதேச விண்வெளி நிலையத்திற்கு வீரர்களை அனுப்பிய முதல் தனியார் விண்வெளி நிறுவனம் என்ற சாதனையை படைத்தது. தனியார் விண்வெளி நிறுவனமாக இருந்தாலும் அமெரிக்க மண்ணில் இருந்து அமெரிக்க வீரர்கள் விண்ணிற்கு சென்றனர் என்று இன்றைய தலைமுறை அமெரிக்கர்கள் சந்தோஷத்தில் கொண்டாடி மகிழ்ந்தனர். ஏனென்றால் 2011ல் நாசாவின் மனிதனை கொண்டு செல்லும் விண்கலங்கள் (Space Shuttle) எல்லாம் ஓய்வு பெற்றுவிட்டன. இதனால் கடந்த ஒன்பது வருடமாக அமெரிக்கா வீரர்கள் ரஷ்யாவின் சோயுஸ் ராக்கெட்டில் தான் விண்வெளிக்கு சென்று வந்தனர். மிகப்பெரிய

தொகையை அதாவது விண்வெளி வீரர் ஒருவருக்கு 600 கோடி என்று ரஷ்யாவிற்கு கொடுத்து வந்ததோடு இல்லாமல் அவர்களை நம்பி இருந்ததனால் பல விமர்சனங்களுக்கு நாசா உட்படுத்தப்பட்டது. இந்த வெற்றியின் மூலம் ஸ்பேஸ்-எக்ஸ் அமெரிக்கர்களிடம் நற்மதிப்பு பெற்றது மட்டுமல்லாமல் நாசாவிடம் இருந்து அதன் ட்ராகன் விண்கலத்திற்கான மனித மதிப்பீட்டு சான்றிதழையும் பெற்றது. இதன் மூலம் சுழற்சி முறை வீரர்களை விண்வெளிக்கு அனுப்பும் திட்டத்தில் தொடர்ந்து பங்கு பெறும். இந்த க்ரூ ட்ராகன் விண்கலம் 63 நாட்கள் ஐ.எஸ்.எஸ் ன் உடன் இணைக்கப்பட்டு இருந்தது. இவர்கள் இருவரும் நாசாவின் மிக மூத்த விண்வெளி வீரர்கள். ஏற்கனவே பலமுறை நாசாவின் விண்வெளி விண்கலத்தில் பயணித்து இருக்கிறார்கள். இந்த அனுபவம் பெற்ற விண்வெளி வீரர்களைத்தான் நம்பிக்கையோடு ஸ்பேஸ்-எக்ஸ் ராக்கெட்டின் முதல் விண்வெளி பயணத்திற்கு தேர்வு செய்து இருக்கிறார்கள். ராக்கெட் தோல்வி அடைந்து இருந்தால் இந்த மூத்த வீரர்களை

10.1. ஸ்பேஸ் எக்ஸ்ன் க்ரூ ட்ராகன் டெமோ-2 எண்டோவர் விண்கலத்துடன் இருக்கும் நாசா விண்வெளி வீரர்கள் (விண்வெளி வீரர்களை விண்வெளிக்கு அனுப்பிய முதல் தனியார் விண்வெளி நிறுவனம் என்ற உலக சாதனை 30/5/20 அன்று ஸ்பேஸ் எக்ஸ் செய்தது.

10.1.1 ஸ்பேஸ் எக்ஸ்ன் க்ரூ ட்ராகன் எண்டோவர் விண்கலம் நாசா விண்வெளி வீரர்களான பென்கென் மற்றும் ஹர்லியுடன் மெக்சிகோ வளைகுடாவில் ஆகஸ்ட் 2, 2020 அன்று தரையிறங்கிய காட்சி.

நாசா இழந்து இருக்கும். ஆனால் ஸ்பேஸ்-எக்ஸ் அதற்கு இடம் கொடுக்கவில்லை. ஏற்கனவே இந்த ராக்கெட் பலமுறை விண்வெளி சாதனங்களை ஐ.எஸ்.எஸ்.க்கு வெற்றிகரமாக கொண்டு சென்று இருக்கின்றது. மேலும் ஒரு தோல்வியைக்கூட அதுவரை இந்த ராக்கெட் கண்டதில்லை.

மேலும் ராக்கெட்டில் ஏதேனும் கோளாறு வந்து தோல்வியை நோக்கி செல்லும் பொழுது விண்வெளி வீரர்கள் பாதுகாப்பாக வெளியேறக்கூடிய எஸ்கேப் அமைப்பு இதில் உள்ளது. இது விண்வெளி வீரர்களுக்கு முழுப்பாதுகாப்பு மற்றும் நம்பிக்கையைக்கொடுக்கிறது. நாசாவின் பழைய கொலம்பியா போன்று உள்ள விண்கலத்தில் இந்த பாதுகாப்பு முறை இல்லை. அதனால்தான் இரண்டுமுறை நாசாவின் விண்வெளி விண்கலம் (சேலஞ்சர் மற்றும் கொலம்பியா விண்கலங்கள்) தோல்வி அடைந்த பொழுது அனுபவம் வாயந்த திறமையான விண்வெளி வீரர்களை இழக்க நேரிட்டது.

முதலில் 27-5-20 அன்று ஏவுவதாக முடிவு செய்யப்பட்டு இருந்த நிலையில் மோசமான வானிலை மற்றும் இடியுடன் கூடிய மழை

பெய்த காரணத்தால் ஏவுதல் தள்ளிவைக்கப்பட்டது. மேலும் அன்று 50 சதம் சாதகமான வானிலை சூழல்தான் இருந்துள்ளது. 70 சதம் சாதகமான வானிலை சூழ்நிலை 2-6-20 அன்று தான் இருந்துள்ளது. இருப்பினும் 30-5-20 அன்று மீண்டும் 50 சதம் சாதகமான வானிலை சூழல் இருந்தபொழுதும், ஸ்பேஸ்-எக்ஸ் தன்னுடைய ராக்கெட்டை அமெரிக்காவின் புளோரிடாவில் உள்ள கென்னடி ஏவுதளத்திலிருந்து செலுத்தி வெற்றிகண்டது. ஸ்பேஸ்-எக்ஸ் தன்னுடைய இந்த க்ரூ ட்ராகன் விண்கலத்திற்கு என்டோவர் என்று பெயரிட்டது. நாசாவின் பழைய என்டோவர் விண்வெளி விண்கலத்தில் பயணம் செய்து இருந்ததால் அதன் நினைவாக மற்றும் ராசிக்காக ஹர்லி மற்றும் பெஷன்கென் அவர்கள் பயணம் செய்யக்கூடிய இந்த ஸ்பேஸ் எக்ஸ் ட்ராகன் விண்கலத்திற்கும் இந்தப்பெயர் சூட்டினார்கள். இந்த விண்கலம் தானாகவே சர்வதேச விண்வெளி நிலையத்துடன் இணைக்குமாறு வடிவு அமைக்கப்பட்டு இருந்ததால் தன்னிச்சையாக மென்மையாக இணைந்து (Softdocking) வெற்றியும் பெற்றது. இந்த இரு வீரர்களும் 63 நாள்கள் ஐ.எஸ். எஸ்ல் தங்கி இருந்து ஆராய்ச்சி செய்தனர். இந்த விண்கலமும் அங்கேயே இருந்தது. இந்த விண்கலம் முன்னரே முடிவு செய்து இருந்தது போல் தன்னிச்சையாக ஐ.எஸ்.எஸ்.ல் இருந்து பிரிந்து ஆகஸ்ட் 2, 2020ல் 1975க்கு பிறகு முதன்முறையாக பூமியின் கடலில் வந்து விண்கலத்தில் உள்ள பாராசூட் மூலம் பாதுகாப்பாக இறங்கியது. இதற்குமுன்பு நாசாவின் மெர்குரி, ஜெமினி மற்றும் அப்பல்லோ விண்கலங்கள் தான் தண்ணீரில் இறங்கி மிதந்தது. நாசாவின் பழைய இறகு வடிவிலான விண்வெளி விண்கலங்கள் தரையில் தரை இறங்கின. ரஷ்யாவின் சோயுஸ் விண்கலமும் ஒரு முறை தவிர்த்து மற்ற எல்லா நேரங்களிலும் நிலத்தில் மட்டுமே தரை இறங்கி வருகிறது என்பது குறிப்பிடத்தக்கது. தண்ணீரில் இறங்குவதால் சேதப்படுத்துதல் என்பது விண்கலத்தில் குறைவாக இருப்பதால் அதை குறைந்த செலவில் சரி செய்து மீண்டும் பயன்படுத்த முடியும்.

10.2 க்ரூ-1 ட்ராகன் ரெசிலியன்ஸ் விண்கலம் விண்வெளி பயணம்

இந்த க்ரூ-1 என்பது க்ரூ ட்ராகன் விண்கலங்களின் முதல் செயல்பாட்டு (First Operational) குழு விமானமாகும். அதாவது வீரர்களை சர்வதேச விண்வெளி நிலையத்திற்கு கொண்டு செல்வதற்கான கமர்ஷியல் க்ரூ திட்டத்தின் கீழ் வரும் முதல் விண்வெளிப்பயணம். ஸ்பேஸ் எக்ஸ்

10.2 ஸ்பேஸ் எக்ஸ்ன் க்ரூ-1 ட்ராகன் ரெசிலியன்ஸ் விண்கலத்தில் 16.11.20 அன்று பயணம் செய்த நான்கு நாசா விண்வெளி வீரர்கள்.

இதே போல் ஆறு விண்வெளிப்பயணங்களுக்கு நாசாவுடன் ஒப்பந்தம் செய்துள்ளது. இதன்படி 10 டன் எடை கொண்ட க்ரூ-1 ட்ராகன் விண்கலம் 16-11-2020 அன்று நான்கு விண்வெளி வீரர்களை கென்னடி விண்வெளிமையத்திலிருந்து ஃபால்கன்-9 பிளாக்-5 ராக்கெட்டின் மூலம் சர்வதேச விண்வெளி நிலையத்திற்கு வெற்றிகரமாக கொண்டு சென்றது. நாசா விண்வெளி வீரர்கள் மைக்கேல் ஹாப்கின்ஸ், விக்டர் குளோவர், ஹானன் வாக்கர் ஆகியோருடன் ஜப்பான் விண்வெளி வீரர் சோக்கி நோகுச்சி இந்த விண்வெளிப்பயணத்தில் பயணம் செய்தவர்களாவர். இவர்கள் நான்குபேரும் அனுபவம் பெற்ற விண்வெளி வீரர்கள் மற்றும் ஏற்கனவே எக்ஸ்பெடிஷன்-64 என்று சொல்லக்கூடிய விண்வெளி பயணத்தில் பயணம் செய்தவர்கள் என்பது குறிப்பிடத்தக்கது. கென்னடி மையம் இருந்த புளோரிடா மாகாணத்தில் கோவிட்-19 தொற்று நோய் அதிகமாய பரவி இருந்த காரணத்தினால் குறைவான பார்வையாளர்கள் மட்டுமே இந்த விண்வெளி பார்வையாளர் வளாகத்துக்குள் அனுமதிக்கப்பட்டனர்.

இந்த க்ரூ-1 என்ற ரெசிலியன்ஸ் (Resilience) விண்கலத்தை எடுத்து சென்ற இரண்டு அடுக்கு கொண்ட ஃபால்கன்-9 பி 5 ராக்கெட்டின் முதல் அடுக்கை வெற்றிகரமாக கடலில் உள்ள ட்ரோன் கப்பலில் தரை இறக்கி மீட்டு எடுத்தது. மனிதர்களை சுமந்து செல்லக்கூடிய ராக்கெட்டின் அடுக்கை மீட்டு எடுத்தது உலகில் இதுவே முதல்

முறையாகும். ஏற்கனவே பலதடவை கார்கோ விண்கலங்களை கொண்டு சென்ற ராக்கெட்டின் முதல் நிலையைத்தான் ஸ்பேஸ் எக்ஸ் மீட்டு எடுத்து உள்ளது. இப்படி மீட்டு எடுத்த ராக்கெட்டின் முதல் நிலைய மீண்டும் பயன்படுத்தி ஆளில்லா விண்கலங்கள் மற்றும் செயற்கை கோள்களை விண்ணில் செலுத்தியுள்ளது என்பது குறிப்பிட வேண்டியது.

இந்த ஸ்பேஸ் - எக்ஸ் ஃபால்கன்-9 பி5 மற்றும் க்ரூ-1 விண்கலம் 16-11-20 இரவு அமெரிக்க நேரப்படி 7:27:17 PM ஏவியது. இரவு நேரத்தில் வீரர்கள் செல்லும் ராக்கெட்டை ஸ்பேஸ்-எக்ஸ் அனுப்புவது இதுவே முதல் முறை. ராக்கெட்டின் முதல் நிலை 90 கி.மீ உயரத்திற்கு செல்லும் பொழுது அதன் வேகம் தோராயமாக 2 கி.மீ/செகண்டும் மற்றும் 160 நோடிகள் இயங்கி முடிந்து இருக்கும். அந்த சமயத்தில் முதல் நிலையானது ராக்கெட்டில் இருந்து 07:29:57 PM மணிக்கு பிரிந்து மேலே கூறியது போல் குறிப்பிட்ட இடத்தில் 07:36:46 PM மணிக்கு இறங்கி மீட்டெடுக்கப்பட்டது. பின்பு ராக்கெட்டின் இரண்டாம் நிலை 07:30:05 PM மணிக்கு தொடங்கி விண்கலத்தை அடுத்த ஆறு நிமிடங்கள் வரை மேலே எடுத்து சென்றது. இவ்வாறாக ராக்கெட் தொடங்கியதன் முதல் ஒன்பது நிமிடங்கள் கழித்து ராக்கெட்டின் இரண்டாம் நிலை நிலையான சுற்றுப்பாதையில் (400 கி.மீ) நுழைந்தது. அப்போது அதன் வேகம் அந்த சுற்றுப்பாதையின் வேகமான மணிக்கு 28,000 கி.மீ அல்லது 7.8 கி.மீ/செகண்ட் என இருக்கும் பொழுது விண்கலமானது ராக்கெட்டில் இருந்து பிரிந்து விடும். இந்த பயணத்தில் 07:36:07 PM மணிக்கு இரண்டாம் நிலையின் எரிபொருள் எரிந்து நின்றுவிட்டது. பின்பு 07:39:20 PM மணிக்கு க்ரூ-1 விண்கலம் ராக்கெட்டிலிருந்து பிரிந்து விண்கலத்தில் உள்ள சிறிய வகை ராக்கெட் இஞ்சின் மூலம் மிக சிறிய வேகத்துடன் கொஞ்சம் கொஞ்சமாக முன்னேறி தன்னிச்சையாக 11 PM மணியளவில் அதாவது ராக்கெட் ஏவிய 3.00 மணி நேரத்திற்கு பிறகு சர்வதேச விண்வெளி ஆராய்ச்சி நிலையத்துடன் ஹார்மோணி என்ற பாகத்துடன் இணைந்தது (Docked). இந்த நான்கு விண்வெளி வீரர்களும் 167 நாள்கள் அங்கு தங்கி இருந்து ஏற்கனவே ரஷ்யாவின் சோயுஷ் ராக்கெட் மூலம் வந்து ஐ.எஸ்.எஸ்.ல் தங்கி இருந்த மூன்று விண்வெளிவீரர்களுடன் இணைந்து ஆராய்ச்சி செய்தனர். க்ரூ-1 விண்வெளி வீரர்கள், மனித உடல் நலம் மற்றும் நோய்களில் மைக்ரோ கிராவிட்டி பங்கைப்புரிந்துகொள்வதற்கும் மற்றும் மனித உறுப்புகளின் கட்டமைப்பு மற்றும் செயல்பாட்டை பிரதிபலிக்கும் திசு (Tissues) சில்லுகள் உள்ளிட்ட சோதனைகள் மற்றும் இதன் மூலம் பூமியில் மனிதனின் ஆரோக்கியத்தை மேம்படுத்துவற்கான வழிமுறைகள்

போன்ற பலசோதனைகளில் பணியாற்றினர். மேலும் விண்வெளியில் உணவை உற்பத்தி செய்வதற்கான தொடர்ச்சியான முயற்சிகளின் ஒரு பகுதியாக விண்வெளி வீரர்கள் பல்வேறு வகையான ஒளி மற்றும் மண்ணின் தன்மையைக்கொண்ட முள்ளங்கிகளை வளர்த்தனர். விண்வெளி ஆடையில் இருந்த வெப்பத்தை வெளியேற்றக்கூடிய அமைப்பு ஒன்றையும் சோதனை செய்து பார்த்தனர்.

சர்வதேச விண்வெளி நிலையத்தில் ஹார்மோனி பகுதியில் இணைந்து இருந்த க்ரு-1 விண்கலத்தை அதில் உள்ள ட்ராகோ த்ரஸ்டர் (Thruster) மூலம் விண்வெளியின் மற்றொரு பகுதியான ஹரர்மோனி ஜெனித் என்ற பாகத்துடன் 5-4-21 அன்று இணைத்தது. இதன் மூலம் இன்னொரு விண்கலம் எளிதாக விண்வெளி நிலையத்துடன் இணைப்பதற்கு வழிவகை செய்தது.

மேலும் நான்கு விண்வெளி வீரர்களும் 23-4-21 அன்று ஸ்பேஸ்-எக்ஸ்ன் க்ரூ-2 விண்கலம் மூலம் சர்வதேச விண்வெளி நிலையத்தை அடைந்தனர். இப்பொழுது மொத்தம் 11 விண்வெளி வீரர்கள் சர்வதேச விண்வெளி நிலையத்தில் தங்கி இருந்து இரண்டாவது முறையாக அதிக வீரர்கள் இருந்தது என்று வரலாறு படைத்தது. ஏற்கனவே 13 வீரர்கள் ஒரே நேரத்தில் தங்கி இருந்தது தான் அதிகப்படியானது ஆக இருந்தது.

க்ரூ-1ல் வந்த நான்கு வீரர்கள் 1-5-21 அன்று விண்வெளி நிலையத்திலிருந்து 08.35 PM மணிக்கு விண்கலத்தை விலக்கி 2-5-21 அன்று 02.56 AM மணிக்கு அதாவது 6 மணி நேரத்திற்கு பிறகு க்ரூ-1 விண்கலம் பாராசூட்கள் விரிவடைந்து வேகத்தை குறைத்து மெக்சிகோ வளைகுடாவில் வந்து விழுந்து மிதந்தது. விண்கலம் மற்றும் நான்கு வீரர்களையும் பத்திரமாக ஸ்பேஸ் எக்ஸ் மீட்டெடுத்தது. 1968ல் அப்பல்லோ விண்கலத்திற்கு பிறகு இரவில் வந்து கடலில் இறங்கி மீட்டெடுத்த விண்கலம் என்ற பெருமையை இந்த க்ரூ-1 என்ற ரெசிலியன்ஸ் ட்ராகன் விண்கலம் பெற்றது.

10.3 க்ரூ 2 ட்ராகன் விண்வெளி பயணம் மற்றும் உலக சாதனை

ஸ்பேஸ்-எக்ஸ் நாசாவோடு சேர்ந்து இன்னுமொரு உலக சாதனையை 23-4-21ல் நிகழ்த்தியது. அதாவது ஏற்கனவே பயன்படுத்திய ராக்கெட்டின் முதல் நிலையையும் மற்றும் விண்கலத்தையும் மீண்டும் பயன்படுத்தி க்ரூ-2 திட்டத்தில் நான்கு விண்வெளி வீரர்களை சர்வதேச விண்வெளி ஆராய்ச்சி மையத்திற்கு அனுப்பி சாதனை படைத்தது. நாசாவின் கமர்சியல் க்ரூ திட்டத்தின் கீழ் இது ஸ்பேஸ் எக்ஸ் நிறுவனத்தின் இரண்டாவது (Crew-2) சர்வதேச விண்வெளி ஆராய்ச்சி மையத்திற்கு

10.3 ஸ்பேஸ் எக்ஸ்ன் க்ரூ 2 ட்ராகன் எண்டோவா விண்கலத்தில் 23.4.21 அன்று பயணம் செய்தவர்கள் (ஏற்கெனவே பயன்படுத்திய ராக்கெட் மற்றும் விண்கலத்தை பயன்படுத்தி உலக சாதனை)

செல்லும் பயணமாகும். இதில் அமெரிக்காவை சேர்ந்த ஷேன் கிம்பரோ மற்றும் மேகன் ஆர்தர் என்ற இருவரும், ஜப்பானை சேர்ந்த அகிஹிகோ ஹோஷைட் மற்றும் பிரான்ஸ் நாட்டை சேர்ந்த தாமஸ் பெஸ்கெட் என்பவரும் பயணம் செய்தனர். இதில் பயணம் செய்த விண்வெளி வீராங்கனை மேகன் ஆர்தர் தனது கணவர் பாப் பெஹன் க்ரூ ட்ராகன் டெமோ-2 பயணத்தின் போது இந்த என்டோவர் விண்கலத்தில் பயன்படுத்திய அதே இருக்கையில் பயணம் செய்தார் என்பது குறிப்பிடத்தக்கது. இவர்கள் நால்வரும் சர்வதேச விண்வெளி ஆராய்ச்சி மையத்தில் ஆறுமாதம் காலம் தங்கி இருந்து ஆராய்ச்சியில் ஈடுபடுவர். இதற்கு முன்பு 30-5-20 ல் இரண்டு விண்வெளி வீரர்களை ஃபால்கன்-9 ராக்கெட் மற்றும் க்ரூ ட்ராகன் டெமோ-2 (என்டோவர்) விண்கலம் மூலம் விண்வெளிக்கு அனுப்பியது. இந்த விண்கலம் ஆகஸ்ட் 2020 ஆம் ஆண்டு பத்திரமாக அந்த வீரர்களை பூமிக்கு கொண்டு வந்தது. ஸ்பேஸ் எக்ஸ் நிறுவனம் இந்த என்டோவர் விண்கலத்தை மீட்டு எடுத்து புதுப்பித்து (refurbishment) வைத்து இருந்தது. இதேபோல் 16-11-20 அன்று க்ரூ-1 விண்கலம் ரெசிலியன்ஸ் மற்றும் ஃபால்கன்-9 ராக்கெட் மூலம் நான்கு விண்வெளி வீரர்களை விண்வெளிக்கு அனுப்பியது. இந்த ஃபால்கன்-9 ராக்கெட்டின் முதல் நிலையை (First Stage) மீட்டு எடுத்து புதுப்பித்து வைத்து இருந்தது. ஒரு ஃபால்கன்-9 ராக்கெட்டின் விலை 62 மில்லியன் டாலர் (450 கோடி ரூபாய்). விண்வெளி வீரர்கள் அமர்ந்து செல்லும் இந்த ட்ராகன் விண்கலத்தின் மதிப்பு 950 கோடி ரூபாய். ஒரு வீரருக்கு 55 மில்லியன்

டாலர் (400 கோடி ரூபாய்). அதாவது நான்கு விண்வெளி வீரர்களின் பிரயானம் மற்றும் ஆறுமாதம் காலம் தங்குவதற்கான பொருட்களை எடுத்துச் செல்வதற்கான விலை 1600 கோடி. இவ்வாறாக இந்த ஒரு விண்வெளி பயண திட்டத்திற்கான மொத்த மதிப்பு வளர்ச்சி செலவையும் சேர்த்து 410 மில்லியன் டாலர் (இந்திய மதிப்பில் 3000 கோடி ரூபாய்). ஆனால் இன்று வெற்றிகரமாக அனுப்பிய ராக்கெட்டின் முதல் அடுக்கு மற்றும் ட்ராகன் விண்கலம் ஏற்கனவே ஒரு முறை வீரர்களை அனுப்ப பயன்படுத்தப்பட்டது. அதாவது இந்த இரண்டு ட்ராகன் பாகங்களை மேலே கூறியது போல் இந்த நிறுவனம் மீட்டு வைத்து இருந்தது. ராக்கெட் முதல் அடுக்கு பகுதியின் மதிப்பு 220 கோடி ரூபாய். இதன் மூலம் உலகிலேயே முதல் முறையாக பயன் படுத்திய ஏவுகணையின் முதல் அடுக்கு மற்றும் விண்கலத்தை மீண்டும் பயன்படுத்தி நான்கு விண்வெளி வீரர்களை சர்வதேச விண்வெளி மையத்திற்கு அனுப்பி மிகப்பெரிய உலக சாதனையை ஸ்பேஸ்-எக்ஸ் நிகழ்த்தி உள்ளது. மேலும் இதன் மூலம் இந்த நிறுவனம் மிகப்பெரும் தொகையை சேமிப்பு செய்து உள்ளது. அதாவது ஏவுகணையின் முதல் அடுக்கை மீட்டு மற்றும் பாகங்களை சரிசெய்வதற்கான செலவு போக 210 கோடி ரூபாய் இலாபம் பார்த்து உள்ளது. அதே போல் ட்ராகன் விண்கலம் மூலம் 300 கோடி ரூபாய் இலாபம் ஈட்டி உள்ளது. இதனால் இன்று அனுப்பிய ஏவுகனை திட்டத்தின் மதிப்பு முந்தைய 3000 கோடியிலிருந்து தோராயமாக 2500 கோடியாக குறைந்து உள்ளது. எதிர்காலத்தில் ராக்கெட்டை ஏவுவதற்கான செலவை வெகுவாக குறைத்து சாமானியனும் விண்வெளிக்கு செல்வதற்கான விண்வெளி சுற்றுலா வாய்ப்பை ஏற்படுத்தி கொடுப்பதே இந்த நிறுவனத்தின் இலட்சியம் என்று இதன் நிறுவனர் எலான் மஸ்க் ஏற்கனவே கூறியுள்ளார். மேலும் இவரின் கனவுத்திட்டம் என்பது செவ்வாய் கிரகத்தில் மனிதர்களை அனுப்பி மிகப்பெரிய காலனியை 2030ல் உருவாக்குவதே. இதுவும் நிறைவேறி இந்த நூற்றாண்டின் மிகப்பெரிய அறிவியல் சாதனையாக இருக்கும் என்பதில் எவ்வித மாற்று கருத்தும் இல்லை.

10.4 ஸ்பேஸ் எக்ஸ் ராக்கெட்டில் விண்வெளிக்கு சுற்றுலா சென்ற நான்கு அமெரிக்கர்கள்

இதுவரை பொதுவாக விண்வெளிக்கு நல்ல பயிற்சி பெற்ற விண்வெளி வீரர்கள்தான் சென்று வந்துள்ளனர். புளூ ஆரிஜின் மற்றும் வெர்ஜின் கேலக்டிக் நிறுவனம் கடந்த ஜூலை 2021ல் 100 கி. மீ உயரம் கொண்ட விண்வெளிக்கு சுற்றுலாவாக அதன் உரிமையாளர்கள் மற்றும் சிலர் சென்று வந்தனர். ஆனால் ஸ்பேஸ் எக்ஸ் நிறுவனம்

சுற்றுலாவுக்கு, சர்வதேச விண்வெளி ஆராய்ச்சி மையம், சந்திரன் மற்றும் செவ்வாய் கிரகத்திற்கு. செல்வதற்கான ராக்கெட்டுகளை உருவாக்கி அதற்கான பணிகளிலும் சோதனைகளிலும் ஈடுபட்டு வந்தது. முதல் முறையாக ஸ்பேஸ் எக்ஸ் நிறுவனம், விண்வெளி வீரர்கள் அல்லாத பொதுமக்களை தனது ஃபால்கன்-9 பிளாக்-5 ராக்கெட்டின் மூலம் விண்வெளி சுற்றுலாவாக பூமியில் இருந்து 575 கி.மீட்டர் உயரத்திற்கு 16.7.21 அன்று இந்திய நேரப்படி அதிகாலை 8.30 மணிக்கு வெற்றிகரமாக தனது க்ரூட்ராகன் விண்கலத்தில் கொண்டு சென்றது. புளோரிடாவில் உள்ள கேப் கெனவெரல் விண்வெளி தளத்தில் இருந்து இன்ஸ்பிரேசன்-4 என்று பெயரிடப்பட்ட இந்த ராக்கெட் விண்வெளி பயணம் நடைபெற்றது. இந்த ராக்கெட்டில் அமெரிக்காவில் ஷிப்ட்-4 பேமெண்ட் நிறுவனத்தின் தலைவர் கோடீஸ்வரர் ஜார்ட் ஐசக்மேன் ஏற்பாட்டில் 4 பேர் கொண்ட குழுவினர் விண்வெளிக்கு பயணம் செய்தனர்.

அதாவது மேலே கூறிய கோடீஸ்வரர், செயிண்ட் ஜூட் மருத்துவமனையின் மருத்துவர் ஹேலே ஆர்சனகஸ் மற்றும் குலுக்கல் முறையில் தேர்ந்தெடுக்கப்பட்ட வெற்றியாளர்கள் கிறில் செம்ப்ரோஸ்கி மற்றும் சியான் ப்ராக்ட்டர் ஆகிய 4 பேரும் பயணம் செய்தனர். பூமியில் இருந்து 575 கி.மீ. உயரம் என்பது, சர்வதேச விண்வெளி நிலையத்திலிருந்து 175 கி.மீ. உயரமாகும். இந்த உயரத்திற்கு சீறிப் பாய்ந்த ஃபால்கன்-9 ராக்கெட் தனது ட்ராகன் விண்கலத்தை இந்த நான்கு அமெரிக்க சுற்றுலா பயணிகளோடு விண்ணில் விட்டது. இந்த ரெஷிசிலியன்ஸ் விண்கலம் 3 நாட்களுக்கு விண்வெளியை சுற்றி வந்தது. பின்பு வெற்றிகரமாக பயணம் முடிந்த பிறகு 18.9.21 அன்று அட்லாண்டிக் கடலில் விண்கலம் நான்கு சுற்றுலா பயணிகளோடு பாதுகாப்பாக வந்து இறங்கியது.

இதன் மூலம் விண்வெளிக்கு பொது மக்களை சுற்றுலா அனுப்பும் எலான் மஸ்க்கின் திட்டம் முதற்கட்டம் வெற்றி அடைந்து புதிய வரலாற்றையும் படைத்து உள்ளது. மேலும் இந்த வெற்றி என்பது வணிக விண்வெளி பயணத்தில் (Commercial space Travel) ஒரு புதிய சகாப்தத்தை தொடங்க உதவி இருக்கின்றது என்பது குறிப்பிடத்தக்கது.

சூப்பர் சோனிக் விமானத்தின் உற்சாகம், எடையற்ற தன்மை மற்றும் விண்வெளி காட்சி பார்வை ஆகியவற்றை அனுபவிக்க விரும்பும், பணக்கார வாடிக்கையாளர்கள் சிறிய தொகையை செலுத்துவதன் மூலம் விண்வெளி சுற்றுலா வரும் காலங்களில் மிகப் பெரிய வெற்றி பெறும்.

மேலும் இந்த மாதிரி அதிக உயர விண்வெளி பயணங்களுக்கு, சுற்றுலா பயணிகள் கடுமையான சோதனைகளுக்கு குறைந்தது

10.4 ஸ்பேஸ் எக்ஸ் ராக்கெட்டில் விண்வெளிக்கு சுற்றுலா சென்ற நான்கு அமெரிக்கர்கள்

5 மாதம் உட்படுத்தப்படுவர். அதாவது மேம்பட்ட உடற்தகுதி, மைக்ரோ கிராவிட்டி மற்றும் சிம்லேட்டா பயிற்சி, சென்டரிபியூசஸ் ஜி- போர்ஸ், எமர்ஜென்சி மற்றும் வகுப்பறை பயிற்ச்சி மற்றும் சுகாதார பரிசோதனைகளுக்கு ஈடுபட வேண்டும்.

மேலே கூறிய இந்த நால்வரும் இந்த பலதரப்பட்ட பரிசோதனைகளுக்கு பிறகே விண்ணில் பயணம் செய்ய அனுமதிக்கப்பட்டனர் என்பது குறிப்பிடத்தக்கது. இதனால் பணக்கார சுற்றுலா வாடிக்கையாளர்கள் தங்களோடு மற்ற திறமையுள்ள பொதுமக்களையும் குழுக்களாக அழைத்துச் செல்வதற்கான வாய்ப்புகள் அதிகம் உள்ளது. எது எப்படி ஆயினும், ஸ்பேஸ் எக்ஸ் நிறுவனம் ராக்கெட் பயணத்தின் செலவைக் குறைத்து சாமானியனையும் விண்வெளிக்கு கொண்டு செல்வதற்கான முயற்ச்சியில் ஈடுபட்டுள்ளது. அதுவும் வெற்றி பெற்று எதிர்காலத்தில் வரலாறு படைக்கும் என்று நம்புவோம்.

அதாவது ராக்கெட் மீட்டெடுப்பு மற்றும் மறுபயன்பாடு மற்றும் விண்கலங்களை மீண்டும் மறுபயன்பாட்டுக்கு உட்படுத்துவதன் மூலம் பயணச் செலவை குறைத்து வருகின்றது. க்ரூ-1 பயணத்தில் பயன்படுத்தப்பட்ட ரெசிலியன்ஸ் விண்கலத்தை மீட்டெடுத்து மீண்டும் இந்த இன்ஸ்பிரேசன்-4 பயணத்திற்கும் பயன்படுத்தி உள்ளதன் மூலம் வெகுவாக செலவைக் குறைத்து உள்ளது என்பது குறிப்பிடத் தக்கது.

11

ஃபால்கன் -9 ராக்கெட்டின் 143 செயற்கைக்கோள்கள் உலக சாதனை

ஸ்பேஸ் - எக்ஸ் நிறுவனம் 143 சிறிய ரக செயற்கைக்கோள்களை ஃபால்கன்-9 என்ற ஒரு ராக்கெட் மூலம் ஒரே தடவை விண்வெளி சுற்றுப்பாதையில் செலுத்தி 25.01.21 அன்று உலக சாதனை நிகழ்த்தி

11.1 ஸ்பேஸ் எக்ஸ்ன் ட்ரான்ஸ் போர்டர்-1 மிஷனின் 143 செயற்கைக்கோள்கள் அடுக்கி வைக்கப்பட்ட படம்.

உள்ளது. முன்னதாக 15.02.17 அன்று இந்தியாவின் பி.எஸ்.எல்.வி ராக்கெட் மூலம் 104 செயற்கைக்கோள்களை விண்ணில் ஏவியதே சாதனையாக இருந்தது. இந்தச் சாதனையை ஸ்பேஸ் -எக்ஸ் நிறுவனம் தன்னுடைய ட்ரான்ஸ்போர்ட்டர்-1 பயணம் மூலம் இப்பொழுது முறியடித்துள்ளது. இந்த 143 செயற்கைக்கோள்களில் 48 சூப்பர் டவ் செயற்கைக்கோள்கள் சான்பிரான்சிஸ்கோவை சேர்ந்த பிளானட் கம்பெனியை சார்ந்தது 36 ஸ்பேஸ் பீ செயற்கைக்கோள்கள் சுவார்ம் என்ற கம்பெனியை சார்ந்தது. 10 செயர்கைக்கோள்கள் ஸ்பேஸ் எக்ஸ் நிறுவனத்தின் ஸ்டார் லிங்க் வகையை சேர்ந்தது. ஒரு ஸ்டார் லிங் செயற்கைக்கோளின் எடை 260 கிலோவாகும். தட்டையான பேனல் வடிவம் கொண்ட இந்த 10 ஸ்டார்லிங்க் செயற்கைக்கோள்கள் ஒரு தனித்துவமான துருவ சுற்றுப்பாதையில் (Unique polar orbit) நிறுத்தப்பட்டுள்ளது. முதல் தடவையாக அலாஸ்கா மற்றும் பிற துருவ பிராந்தியங்களில் உள்ள வாடிக்கையாளர்களுக்கு ஸ்டார்லிங்க் இன்டர்நெட் சேவை பயன்படுத்தப்படும் என்று ஸ்பேஸ் – எக்ஸ் கூறியுள்ளது.

இந்த செயற்கைக்கோள்களை ஏவ பயன்படுத்திய ஃபால்கன்-9 ராக்கெட்டின் பூஸ்டர் ஏற்கனவே 6 முறை பயன்படுத்தப்பட்டுள்ளது. இந்த முறையும் இந்த பூஸ்டர் அதன் பயன்பாடு முடிந்த பிறகு மீட்டெடுக்கப்பட்டது என்பது குறிப்பிடத்தக்கது.

12

ஸ்பேஸ் – எக்ஸ்ன் ஸ்டார்லிங்க் செயற்கைக்கோள்கள்

ஸ்டார்லிங்க் (Starlink) என்பது செயற்கைக்கோள் இணைய அணுகலை (Satellite internet access) வழங்குவதற்கு ஸ்பேஸ்-எக்ஸ் மூலம் செயற்கையாக உருவாக்கப்படும் ஒரு செயற்கைக்கோள் இணைய விண்மீன்கள் (Constellation) கூட்டத்தின் தொகுப்பு ஆகும். இந்த விண்மீன் கூட்டம் பூமியின் குறைந்த சுற்றுப்பாதையில் (Low earth orbit) ஆயிரக்கணக்கான வெகுஜன உற்பத்தி (Mass produced) செய்யப்பட்ட சிறிய செயற்கைக்கோள்களைக் கொண்டிருக்கும். இவை தரையில் அமைக்கப்பட்டுள்ள சிறிய டிரான்ஸ்ஸீவர்களுடன் (Transceivers) தொடர்பு கொள்ளும். இதன் மூலம் உலகில் உள்ள சவாலான இடங்களுக்கும் அதிவேக பிராட்பேண்ட் இன்டர்நெட்டை (high speed broadband internet) வழங்க முடியும். ஸ்பேஸ் – எக்ஸ் ன் செயற்கைக்கோள் மேம்பாட்டு வசதி வாஷிங்டனில் உள்ள ரெட்மெண்ட் (Redmond) நகரில் இயங்கி வருகின்றது. இது, ஸ்டார்லிங்க் ஆராய்ச்சி, மேம்பாடு, உற்பத்தி மற்றும் சுற்றுப்பாதைக் கட்டுப்பாட்டுக் குழுக்களை கொண்டுள்ளது. விண்மீன் தொகுப்பை வடிவமைத்தல், கட்டமைத்தல் மற்றும் விண்ணில் வரிசைப்படுத்துவதற்கான இந்த ஸ்டார்லிங்க் திட்டத்தின் செலவு தோராயமாக 10 பில்லியன் அமெரிக்க டாலர்கள் என்று ஸ்பேஸ் – எக்ஸ் மே 2018இல் மதிப்பிட்டது. இந்த ஸ்டார்லிங்க் செயற்கைக்கோளின் தயாரிப்பு மேம்பாடு 2015இல் தொடங்கப்பட்டது. ஒரு ஸ்டார்லிங்க் செயற்கைகோளின் எடை 260 கிலோ ஆகும்.ஸ்டார்லிங்கின் இரண்டு முன் மாதிரி சோதனை விமான செயற்கைக்கோள்கள் (டின்டின் ஏ மற்றும் பி) பிப்ரவரி 2018இல் 514 கி.மீ. சுற்றுப்பாதையில் செலுத்தியது. ஸ்பேஸ்-எக்ஸ் ன் ஃபால்கன் 9 எப்.டி ராக்கெட் ஒரே நேரத்தில் 60 ஸ்டார்லிங் செயற்கைக்கோள்களை பூமியின் குறைந்த சுற்றுப் பாதையில் செலுத்தும் திறன் கொண்டது. இதனால் கூடுதலாக முதன் முதலில் 60 ஸ்டார்லிங் சோதனை செயற்கைக்கோள்களை

12.1 ஃபால்கன்-9 ராக்கெட்டின் மேல் பகுதியில் உள்ள ஷீல்ட்டில் அடுக்கிவைக்கப்பட்டுள்ள 60 ஸ்டார்லிங் செயற்கைக்கோள்கள்

(Starlink Test Satellites) மே 2019இல் விண்ணில் செலுத்தியது. சில வாரங்களுக்கு பிறகு மூன்று செயற்க்கோள்கள் வளிமண்டல இழுவை காரணமாக சுற்றுப்பாதையை விட்டு விலகி சிதைந்து விட்டது.

பின்பு முதன் முதலாக 15600 கிலோ எடை கொண்ட 60 ஸ்டார்லிங்க் செயல்பாட்டு செயற்கைக்கோள்கள் (operational satellites) நவம்பர் 2019இல் ஃபால்கன் 9 பி 5 ராக்கெட் மூலம் விண்ணில் சுமார் 290 கி.மீ. உயரத்தில் வட்ட சுற்றுப்பாதையில் செலுத்தப்பட்டது.

இந்த செயற்கைக்கோள்கள் அவற்றின் உயரத்தை தாங்களாகவே உயர்த்தி 53டிகிரி சாய்வு (Inclination) சுற்றுப்பாதையான 550 கி.மீ. உயரத்தை சென்று அடைந்தது.

இவ்வாறாக 260 கிலோ எடை கொண்ட 1584 செயற்கைக்கோள்களை விண்ணில் செலுத்தி 2021ஆம் ஆண்டின் பிற்பகுதியில் உலகளாவிய இணைய சேவையை வழங்குவதே ஸ்பேஸ் – எக்ஸ் ன் நோக்கமாகும். ஸ்பேஸ் – எக்ஸ் ஆகஸ்ட் 2020இல் வடக்கு அமெரிக்காவில் ஒரு தனியார் பீட்டா சேவையையும் மற்றும் அக்டோபர் 2020இல் ஒரு பொது பீட்டா சேவையையும் தொடங்கியது. இந்த சேவை 44 டிகிரி முதல் 52 டிகிரி வடக்கே இடையேயான உயர் அட்சரேகைகளில் (High latitudes) உள்ள பகுதிகளில் கிடைக்க தொடங்கும்.

இந்த ஸ்டார்லிங்க் திட்டத்தின் கீழ் ஸ்பேஸ் -எக்ஸ் நிறுவனம் 12,000 செயற்கைக்கோள்களை 2027ஆம் ஆண்டுக்குள் விண்ணில் செலுத்த முயற்சி செய்து வருகின்றது. இதற்கிடையில் ஸ்பேஸ் -எக்ஸின் இந்த செயல்பாடு குறித்து வானியலாளர்கள் (Astronomers) கவலை தெரிவித்து உள்ளனர். அதாவது நிலத்தடி அடிப்படையிலான வானியல் மீது இந்த விண்மீன்களின் தாக்கம் குறித்தும் மற்றும் ஏற்கனவே நெரிசலான விண்வெளி சுற்றுப்பாதை சூழலுக்கு நிறைய செயற்கைக்கோள்கள் எப்படி சேர்க்கப்படலாம் என்றும் கேள்வி கேட்டு உள்ளனர். இந்த செயற்கையான செயற்கைக்கோள் விண்மீன்கள் மூலம் உலகளவில் இரவு வானத்தின் தோற்றத்தை எப்படி ஒரு தனி நிறுவனம் மாற்ற அனுமதிக்க முடியும் என்றும் வினா எழுப்பி உள்ளனர். இதற்கு பதிலளிக்கும் விதமாக, இந்த விண்மீன்களின் செயல்பாட்டின் போது அவற்றின் பிரகாசத்தைக் குறைக்கும் நோக்கில் ஸ்டார் லிங்க் செயற்கைக்கோள்களில் பல மேம்பாடுகளை (Several upgrades) செயல்படுத்தியுள்ளது என்று ஸ்பேஸ் எக்ஸ் நிறுவனம் கூறியுள்ளது.

இதன் மூலம் மேலும் கூடுதலாக 30,000 செயற்கைக்கோள்களை ஸ்பேஸ்-எக்ஸ் விண்ணில் செலுத்த அமெரிக்காவின் பெடரல் கம்யூனிகேசன் கமிஷன் (FCC) மற்றும் சர்வதேச தொலை தொடர்பு ஒன்றியம் (International Telecommunication Union ITU) அனுமதி வழங்கி உள்ளது.

இன்றைய தேதியில் இதுவரை 1737 ஸ்டார்லிங்க் செயற்கைகோள்களை ஸ்டார் லிங்க் விண்மீன்கள் தொகுப்புக்கு அனுப்ப ஸ்பேஸ்-எக்ஸ் நிறுவனம் தன்னுடைய ஃபால்கன்-9 ராக்கெட்டை 29 முறை விண்ணில் ஏவி உள்ளது. இந்த

செயற்கைக்கோள்களின் மொத்த எடை தோராயமாக 450 டன் ஆகும். இதில் 102 செயற்கைக்கோள்கள் சுற்றுப்பாதையில் இருந்து விலகி சென்றது. இப்பொழுதுது 1635 செயற்கைக்கோள்கள் சிறப்பாக விண்ணில் இயங்கிக் கொண்டு இருக்கின்றது. இந்த 550 கி.மீ. தொலைவில் உள்ள 72 சுற்றுகளின் அச்சுகளில் (Orbital plane) தலா 22 செயற்கைக்கோள்கள் என மொத்தம் (72x22) 1584 செயற்கைக்கோள்கள் தேவைப்படும். இது முதல் ஆர்ப்பிட்டல் ஷெல் (Shell) ஆகும். இவ்வாறாக 540 கி.மீ. சுற்றுப் பாதையில் (சாய்வு=53.2டிகிரி) 1584 செயற்கைக்கோள்கள், 570 கி.மீ. சுற்றுப்பாதையில் (சாய்வு=70டிகிரி) 720 செயற்கைக்கோள்கள், 560 கி.மீ. சுற்றுப்பாதையில் (சாய்வு=97.8) 508 செயற்கைக்கோள்கள், 540.6 கி.மீ சுற்றுப்பாதையில் (சாய்வு=42டிகிரி) 2493 செயற்கைக் கோள்கள், 548.5 கி.மீ. சுற்றுப்பாதையில் (சாய்வு=48டிகிரி) 2478 செயற்கைக்கோள்கள் மற்றும் 556.2 கி.மீ. சுற்றுப்பாதையில் (சாய்வு=53டிகிரி) 2547 செயற்கைக்கோள்கள் என மொத்தம் 12,000 செயற்கைக்கோள்களை மேலே கூறியது போல் முதல் கட்ட (phase – 1) ஸ்டார்லிங் தொகுப்புக்கு 2027க்குள் செலுத்த அனுமதி பெற்றுள்ளது.

இவ்வாறு இதற்காக ஆகும் செலவை குறைப்பதற்கு ஒரு தடவை பயன்படுத்திய ஃபால்கன்-9 ராக்கெட்டை மீண்டும் பயன்படுத்தி செயற்கைக்கோள்களை ஏவி வருகின்றது. அதேபோல் செயற்கைக்கோள்களை கடும் வெப்பத்திலிருந்து பாதுகாக்க பயன்படும் ஹீட்ஷீல்ட் (80-100) கி.மீ. தூரத்திற்கு பிறகு கழற்றி விடப்படும். இதையும் இந்நிறுவனம் மீட்டெடுக்கும் இதன் மூலம் 35 மில்லியன் டாலர் லாபம் கிடைக்கும். இப்படி சுழற்சி முறையில் கிடைக்கும் பணத்தை வைத்து எந்தவொரு பெரிய செலவில்லாமல் தன்னுடைய ஸ்டார் லிங்க் செயற்கைக்கோள்களை விண்ணில் செலுத்திக் கொண்டே இருக்கும். அடுத்த ஐந்து முதல் எட்டு ஆண்டுகளில் 40,000 ஸ்டார்லிங் செயற்கைக்கோள்களை விண்ணில் செலுத்தும். இந்த செயற்கைக்கோள்களை வைத்து இன்டர்நெட் உலகை நம்ம ஊர் ஜியோவை பின்னுக்குத் தள்ளி ஆளத் தொடங்கும்.

ஏனென்றால் ஜியோ நிறுவனம் ஃபைபர் ஆப்டிக் தொழில் நுட்பத்தில் இயங்குகிறது. எல்லா இடத்துக்கும் இதனால் செல்லமுடியாது. ஆனால் ஸ்பேஸ்-எக்ஸ் நிறுவனத்தின் ஸ்டார் லிங்க் என்பது செயற்கைகோளில் இயங்குவதால் உலகத்தின் மூலை முடுக்கெல்லாம் அகிவேக இன்டர்நெட் இணையத்தை

கொடுக்க முடியும். இந்தியாவின் பெங்களூரில் ஜனவரி 2021ல் ஸ்பேஸ்-எக்ஸ் நிறுவனம் தனது அலுவலகத்தை தொடங்கியுள்ளது. மேலும் இந்தியா மற்றும் சீன நாடுகளில் உள்ள தொலைதொடர்பு துறையில் ஈடுபட்டு ஒரு டிரில்லியன் அமெரிக்க டாலர்கள் (USD 1 Trillion) எதிர்காலத்தில் ஈட்டுவதே இந்நிறுவனத்தின் இலக்கு என்று சொல்லப்படுகிறது.

மேலும் இப்பொழுது விண்வெளியில் உள்ள 1635 செயற்கை கோள்களை கொண்டு 100-150 mbPS இன்டர்நெட் வேகத்தை கொடுக்கமுடியும் என்று ஸ்பேஸ் எக்ஸ் சொல்கிறது. உலகம் முழுவதும் இப்பொழுது வரை 60,000 வாடிக்கையாளர்களை பெற்று உள்ளது. இந்தியாவிலும் முன் பதிவு மார்ச் 2021 முதல் தொடங்கி இருக்கிறது. 99 அமெரிக்க டாலர் (திரும்பபெறக்கூடிய கட்டணம்) செலுத்தி முன்பதிவு செய்யலாம். 2022 ஆம் ஆண்டு தொடக்கத்தில் இந்தியாவிலும் ஸ்டார்லிங்க் ஃபிராட்பேன்ட் இணைய நெட்வொர்க் வாடிக்கையாளருக்கு கொடுப்பதற்கு முயற்சி செய்து வருகிறது. மாதம் 15 டாலர் (1000 ரூபாய்) வரை செலுத்தினால் அதி விரைவு இன்டர்நெட் இந்தியாவின் எந்த மூலையில் இருந்தும் பெற முடியும். மேலும் முதலில் வருபவர்களுக்கு தான் முன்னுரிமை கொடுப்பதாக இந்நிறுவனம் கூறி உள்ளது (இணையதள முகவரி https://www.starlink.com). எதிர்காலத்தில் நிறைய செயற்கைகோள்களை ஏவுவதன் மூலம் 300mbPS இன்டர்நெட் வேகத்தை அதே மாதச்சந்தாவில் கொடுக்கமுடியும் என்று இந்த நிறுவனம் நம்பிக்கையுடன் சொல்கிறது. மேலும் ஸ்டார்லிங்க் செயற்கைகோள்கள் மற்ற செயற்கைகோள்களை விட பூமியின் தூரத்திலிருந்து குறைவான தூரத்தில் இருக்கிறது. இதனால் ஒரு இடத்தில் இருந்து மற்றொரு இடத்திற்கு செல்லக்கூடிய தகவல்கள் எடுக்கும் நேரம் மிகவும் குறைவானதாக இருக்கும். அதனால் வீடியோ கால், ஆன்லைன் கேம் மற்றும் மற்ற தகவல் தொடர்பின்போது ஸ்டார்லிங்க் செயல்திறன் மிக நன்றாக வேகமாக இருக்கும். அதாவது பொதுவாக 80-100 மில்லி செகண்ட் என்பதற்கு பதிலாக 20-40 மில்லிசெகண்ட் என்ற குறைவான நேரமே (Low latency) ஸ்டார் லிங்க் எடுக்கும். ஜியோவின் வருகையால் வோடபோன், ஏர்செல் போன்ற தொலைதொடர்பு நிறுவனங்கள் பாதிக்கப்பட்டது. இப்பொழுது அமெரிக்காவின் ஸ்டார்லிங்க் வருகையால் ஜியோவும் பாதிக்கப்படாமல் இருக்க அதற்கான போட்டியை சமாளிக்க இப்பொழுதே தொழில் நுட்பத்தை துரிதப்படுத்த ஜியோவும் முயற்சி எடுக்கும் என்று நம்புவோம்.

12.1 ஸ்டார் லிங்க் - கூகுள் ஒப்பந்தம்

இந்த அதிவேக ஸ்டார் லிங்க் இன்டர்நெட் தேவையை கூகுள் நிறுவனமும் தற்போது பயன்படுத்த திட்டமிட்டு ஸ்பேஸ் எக்ஸ் உடன் 10-5-2021 அன்று கூட்டணி சேர்ந்துள்ளது. இதுவரை நாசாவுடன் சேர்ந்து பணிசெய்து நிலவு செல்லும் பயணத்திட்டம் உட்பட பலவற்றுக்காக மிகப்பெரிய தொகையை ஸ்பேஸ் எக்ஸ் ஒப்பந்தமாக பெற்றது எல்லோரும் அறிந்த விஷயம். கூகுள் நிறுவனத்தில் மிக வேகமாக வளர்ந்துவரும் பிரிவான கூகுள் கிளவுட் (Google Cloud) சேவையை மேம்படுத்தும் விதமான டேட்டா டெலிவரி, கிளவுட் சேவை ஆகியவற்றை மேம்படுத்த ஸ்பேஸ் எக்ஸ்ன் ஸ்டார் லிங்க் சேவை உடன் கூகுள் நிறுவனம் இணைந்துள்ளது. இத்திட்டத்தின்படி கூகுள் டேட்டா சென்டர் இருக்கும் அனைத்து திட்டங்களிலும் ஸ்பேஸ் எக்ஸ் ஸ்டார்லிங்க் தனது கிரவுண்ட் ஸ்டேஷனை (Ground Station) அமைக்கும். ஏற்கனவே மேலே கூறியது போல் ஸ்டார்லிங்க் அதிவேக இன்டர்நெட் சேவையை தற்பொழுது உள்ள 1600 செயற்கைகோள்கள் மூலம் உலகின் பல பகுதிகளுக்கு அளித்து வருகிறது. எதிர்காலத்தில் ஸ்பேஸ்-எக்ஸ் தனது சூப்பர் ஹெவி ஸ்டார்ஷிப் போன்ற ராக்கெட்டுகள் மூலம்

12.2 இன்டர்நெட் பீமிங் ஸ்டார்லிங்க் செயற்க்கைக் கோள்களை சோதிக்க ஸ்பேஸ்-எக்ஸ் பயன்படுத்தக் கூடிய பயனர்டெர்மினல்கள் (இடது பக்கம்) மற்றும் தரை நிலையங்கள் (வலது பக்கம்).

கூடுதலான செயற்க்கை கோள்களை விண்ணில் செலுத்தி ஸ்டார் லிங்க் சேவையை தொடர்ந்து விரிவாக்கம் செய்யும். இதனால் கூகுள், ஸ்டார்லிங்க்-கிளவுட் சேவை மூலம் தனது வாடிக்கையாளர்களுக்கு அதிவேக டேட்டா டெலிவரி மற்றும் அதிவேக இன்டர்நெட் உலகம் முழுவதும் எந்த பகுதிக்கும் குறிப்பாக காடு, மலை, குக்கிராமங்கள் என்று எந்த இடத்திற்கும் அளிக்கமுடியும் என்று நம்புகிறது. மேலும் உலகம் முழுவதும் இருக்கும் மற்ற பெரும் நிறுவனங்களுக்கும் அதிவேக இன்டர்நெட் சேவையை கொடுத்து அவர்களை தன்னுடைய வாடிக்கையாளராக்கிகொள்ள முடியும். இன்றைய கொரோனா மாதிரியான சூழ்நிலையால் பள்ளிகள், கல்லூரிகள், அரசு மற்றும் தனியார் நிறுவனங்கள் வீடியோ கான்பரன்ஸ் மூலமாகத்தான் இயங்கி வருகின்றது. அதிவேக இன்டர்நெட் என்பது இன்று எல்லோருக்கும் அவசியமானதாக இருக்கிறது. எனவே சீரானவிலையில் சேவையை கொடுக்கும் பொழுது அதிக வாடிக்கையாளர்களை உலகம் முழுவதிலும் இருந்து பெறமுடியும் என்று ஸ்பேஸ்-எக்ஸ் கூகுள் நிறுவனம் நம்புகிறது.

13

ஸ்பேஸ் - எக்ஸ் சூப்பர் ஹெவிராக்கெட் மற்றும் ஸ்டார்ஷிப் அமைப்பு

பொதுமக்களாகிய நாம் நமது கைப்பேசிகளை குறைந்தது ஒரு வருடம் வைத்திருந்து பின்புதான புதியவகைக்கு மாறுவோம். ஆனால் ஸ்பேஸ் எக்ஸ் நிறுவனம் தனது ராக்கெட் வடிவத்தை ஒவ்வொரு வருடமும் மாற்றிக்கொண்டே இருக்கிறது. இதேபோல் பல நிறுவனங்களை தொடங்கி அதில் முதலீடும் செய்து வருகிறது. அதாவது 2002ல் ஸ்பேஸ் எக்ஸ் தொடங்கி, 2003ல் டெஸ்லா , 2006ல் சோலார் சிட்டி, 2013ல் ஹைபர் லூப், 2015ல் ஓபனாய், 2016ல் நியூராலிங்க் மற்றும் 2017ல் போரிங். இதில் ஹைபர் லூப் திட்டம் என்பது பூமியில் ஒரு இடத்திலிருந்து மற்றொரு இடத்திற்கு அதிவிரைவாக செல்வதற்கான முயற்சியாகும். இதேபோல்

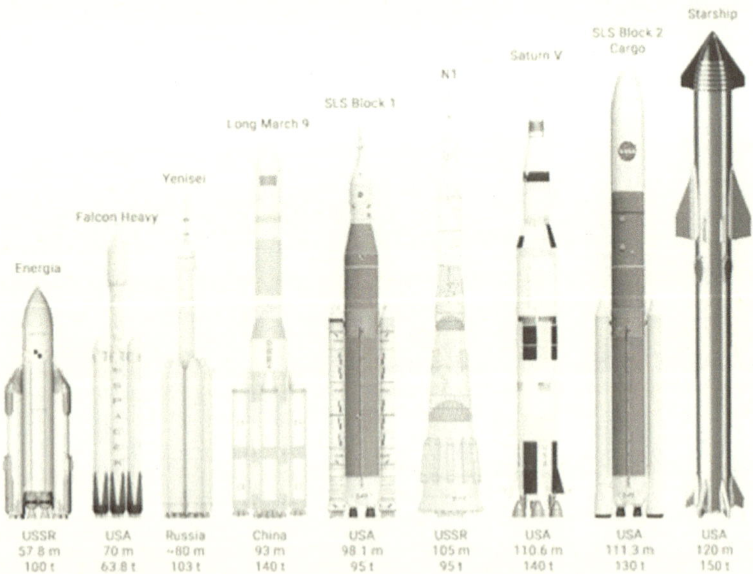

13.1 ஸ்பேஸ் எக்ஸ் சூப்பர் ஹெவி ஸ்டார்ஷப் ராக்கெட் மற்றும் மற்ற ராக்கெட்டுகள் ஒப்பீடு.

ராக்கெடை பயன்படுத்தியும் உலகின் எந்த ஒரு மூலையிலிருத்தும் மற்றொரு இடத்திற்கு 90 நிமிடத்தில் செல்ல முடியும் என்று ஸ்பேஸ் எக்ஸ் நிறுவனர் மஸ்க் கூறியுள்ளார். மேலும் 100 டன் எடை கொண்ட பொருட்களையும் இதே போல் எடுத்து செல்ல முடியும் என்றும் கூறியுள்ளார். இவ்வாறு பூமியில் மட்டுமில்லாமல் எதிர்காலத்தில் செவ்வாய்கிரகம் உள்ளிட்ட சூரிய மண்டலத்திற்கு தொலைவில் உள்ள பயணங்களும் சாத்தியமே என்றும் கூறி அதற்கான வேலைகளில் தொடர்ந்து இந்நிறுவனம் பணியாற்றி வருகின்றது. இந்த பயணத்துக்கான ராக்கெட்டைதான் 2017 முதல் வடிவமைப்பு செய்து வருகின்றது. அந்த வடிவம் அன்று தொடங்கி ஒவ்வொரு வருடம் மாறிக்கொண்டே வருகிறது. செப்டம்பர் 2018ல் பிக் ஃபால்கன் ராக்கெட் (BFR) முதல் நிலை மற்றும் ஸ்பேஸ் ஷிப் (Spaceship) என்பது இரண்டாம் நிலை என்று வடிவமைத்து இருந்தார். இந்த ராக்கெட்டின் இரண்டாம் நிலையில் ஒரே மாதிரியான ஏழு ராப்டர் எஞ்சின்கள் (Raptor Engines) இருக்கும் என்று கூறினார். ஃபால்கன் 9 ராக்கெட்டில் உள்ள மெர்லின் இஞ்சினை சேர்த்து விட்டம் 3.7 மீட்டர். இந்த BFR ராக்கெட்டின் விட்டம் 9 மீட்டர். மீண்டும் நவம்பர் 2018ல் இரண்டாம் நிலையில் உள்ள ராக்கெட்டின் இஞ்சின்களை ஆறு நம்பராக குறைத்தார். இதில் மூன்று இஞ்சின் கடல் மட்ட நிலையில் (Sea level) வேலை செய்வதாக வடிவம் செய்தனர். மற்று மூன்று இஞ்சின் வெற்றிடத்தில் (Vaccum level) வேலை செய்யும் மேலும் 2019ல் இரண்டு நிலை கொண்ட முழுமையாக மீட்டெடுக்கக்கூடிய சூப்பர் ஹெவி லிப்ட் (Super Heavy Lift) ராக்கெட்டை ஸ்பேஸ் எக்ஸ்-ஸ்டார் சிப் அமைப்பு(Star Ship System) என்று பெயர் மாற்றி அதன் வடிவமைப்பையும் மாற்றியது. அதாவது முதல் நிலை என்பது சூப்பர் ஹெவி பூஸ்டர் ராக்கெட் (Booster Heavy Rocket) மற்றும் இரண்டாம் நிலை என்பது ஸ்டார்சிப் (Starship) என்பதாகும். ராக்கெட்டின் முதல் நிலையில் 37 ராப்டர் எஞ்சின்கள் உள்ளது போல் உள்ள வடிவத்தை, ஆகஸ்டு 2020ல் 28 ஆக மாற்றியது. பிப்ரவரி 2021ல் இதை மீண்டும் மாற்றியது. அதாவது 30 ராப்டர் எஞ்சின்கள் முதல் நிலையில் இருக்கும். ஸ்டார்ஷிப்பில் ஆறு ராப்டர் இஞ்சின்கள் இருப்பது போல் வடிவமைத்து உள்ளது. முதல் நிலையில் உள்ள இந்த சூப்பர் ஹெவிராக்கெட் 72 மீ உயரம் மற்றும் 9 மீ விட்டம் கொண்டது. குளிரூட்டப்பட்ட திரவ மீத்தேன் மற்றும் திரவ ஆக்சிஜன் (Subcooled CH4/LoX) உந்து சக்திகளாக பயன் படுகிறது. உந்துசக்திகளின் (Propellant) மொத்த எடை

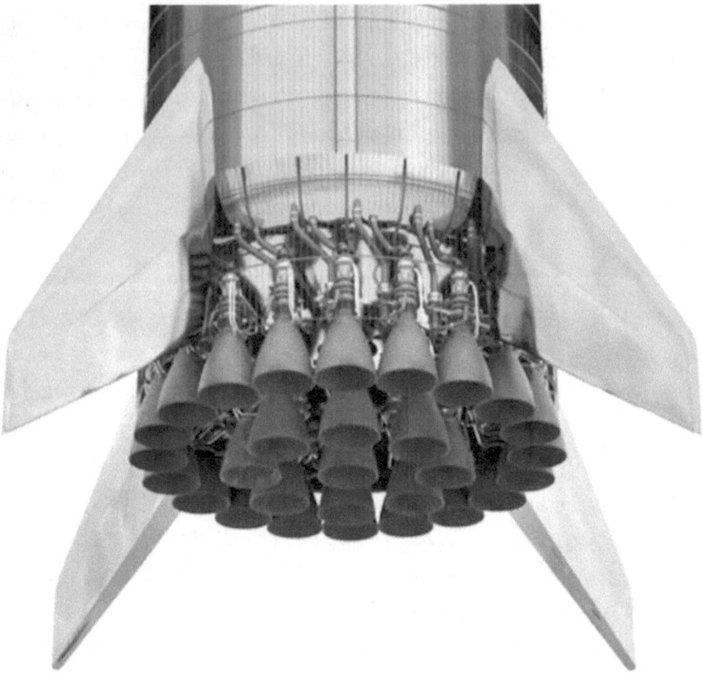

13.2 பூஸ்டர் ஹெவி ராக்கெட் (BN) மற்றும் 30 ராப்டர் இஞ்சின்கள்

13.3 ஸ்டார்ஷிப் விண்கலம் (SN) மற்றும் ஆறு வெற்றிட ராப்டர் இஞ்சின்கள்

3400 டன் மற்றும் உந்துதல்விசை 7600 டன் மற்றும் குறிப்பிட்ட உந்துவிசை 330 வினாடிகள் (Specific Impulse) ஆகும். தொடக்கத்தில் கார்பன் ஃபைபர் (Carbon Fibre) கொண்டு வடிவம் செய்யப்பட்ட இந்த ஹெவி ராக்கெட் இப்பொழுது கடைசியாக எஃகு (Stainless Steel) பொருள் கொண்டு வடிவமைக்கப்பட்டுள்ளது. இந்த வடிவத்தை தயாரிப்பது மிகவும் எளிதானது மற்றும் விலையும் கார்பன் பைபரை ஒப்பிடும் போது குறைவனது. இதேபோல் இந்த ஹெவி பூஸ்டர் ராக்கெட்டில் அடியில் உள்ள கால்கள் (Landing Legs) மற்றும் துடுப்புகள் (FIN) இவற்றின் வடிவமைப்பையும் சுலபமாக மீட்டெடுக்கக்கூடிய ராக்கெட் ஆக இருப்பதற்காக ஸ்பேஸ் எக்ஸ் நிறுவனம் மாற்றியது. இந்த பூஸ்டர் ராக்கெட் பி.என் (B.N.) வரிசையில் அழைக்கப்படுகிறது. இந்த சூப்பர் ஹெவிராக்கெட்டின் எரிபொருள் எரிந்த பிறகு உள்ள காலி எடை 280 டன் ஆக இருக்கும்.

ஸ்டார் ஷிப் என்ற இரண்டாம்நிலை விண்வெளி கப்பல் 50 மீட்டர் உயரமும் 9 மீ விட்டமும் கொண்டது. ஹெவி பூஸ்டர் ராக்கெட்டில் உள்ள உந்து சக்திகள் தான் இதிலும் உள்ளது. உந்து சக்திகளின் மொத்த எடை 1200 டன் மற்றும் உந்துதல் விசை 1250 டன் மற்றும் கணத்தாக்கு எண் 380 வினாடிகள் ஆகும். ஸ்டார்ஷிப் விண்கலத்தின் உந்துசக்திகளும் சேர்ந்து மொத்த எடை 1320 டன். எரிபொருள் எரிந்தபிறகு உள்ள விண்கலத்தின் காலி எடை (Empty Mass) 120 டன் ஆக இருக்கமுயற்சி செய்து வருகிறது. இதுவும் எஃகு பொருளை கொண்டு தயாரிக்கப்பட்டது. மேலே கூறியது போல் இதில் ஆறு ராப்டர் இஞ்சின்கள் உள்ளது. இந்த ஸ்டார்ஷிப் விண்கலம் எஸ்.என் (SN) என்ற வரிசையில் அழைக்கப்படுகிறது. ஸ்பேஸ் எக்ஸின் ஸ்டார்ஷிப் வளர்ச்சி மற்றும் சோதனைத்திட்டத்தில் தெளிவாக தெரிவது என்னவென்றால், அதனுடைய சோதனைத் தத்துவமாக கருதும் சோதனை, பறப்பது, தோல்வி, அதை சரி செய்தல், மீண்டும் தொடங்குவது என்பதாகும். ஸ்பேஸ் எக்ஸ்ன் வெற்றி என்பது தொடர்ந்து முன்மாதிரி விண்கலத்தை சோதனை செய்து, வெற்றி அல்லது தோல்வி எதுவானாலும் அதிலிருந்து தேவையான தரவைகளை எடுத்து மீண்டும் விண்கலங்களின் வடிவமைப்பை மெருகேற்றுகிறது. இந்த தோல்விக்கான விலை என்பது பொதுமக்களின் பார்வையில் கட்டுரைகளை கொடுத்து ஆர்வத்தை உண்டாக்குவது மற்றும் முன்மாதிரி ராக்கெட்டுகளின் கட்டுமானத்தை விரைந்து முடிப்பதாகும். இவையெல்லாம்

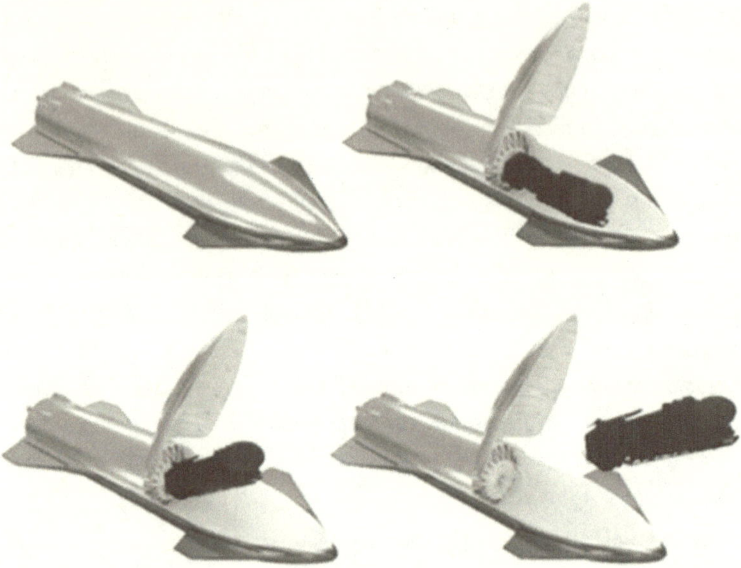

13.4 ஸ்டார்ஷிப் விண்கலம் கார்கோ சாதனங்களை விண்ணில் செலுத்தும் கற்பனைப் படம் (ஸ்பேஸ் எக்ஸ்)

13.5 டேங்கர் விண்கலம் (அடியில் உள்ளது) விண்வெளியில் மிதக்கும் ஸ்டார்ஷிப் விண்கலத்தில் (மேலே உள்ளது) எரிபொருள் நிரப்பும் கற்பனைப் படம்

13.6 ஸ்டார்சிப் விண்கலம் செவ்வாய் கிரகத்தில் தரை இறங்கி இருப்பதுபோல் உள்ள கற்பனைப் படம்.

தான் விண்வெளிபயணதுறையில் ஸ்டார்ஷிப் வடிவமைப்பு செயல்முறையை தனித்துவமாக்குகின்றன. ஸ்பேஸ் எக்ஸ் 2018 முதல் டிசம்பர் 2020 வரை 13 வகை ஸ்டார்ஷிப் முன் மாதிரி விண்கலகப்பலை (MK1, MK2, MK3, SN1, MK4, SN3, SN4, SN5, SN6, SN7) உருவாக்கி சோதனை செய்தது. SN8 அழிப்பதற்காகவே சோதனை செய்யப்பட்டது. தொடர்ந்து முன்மாதிரிகளை 2021ல் உருவாக்கி சோதனை செய்தது. அதில் சில தோல்வியும் அடைந்தது. SN15 என்ற முன்மாதிரி (Prototype) ஸ்டார்ஷிப் ராக்கெட்டில் பலமேம்படுத்தப்பட்ட வடிமைப்பு பயன் படுத்தியது. இது தரையில் எல்லாவிதமான சோதனைகளுக்கும் உட்படுத்தப்பட்டது. இந்த SN15 என்ற ஸ்டார்ஷிப் முன்மாதிரி விண்கலம் 5-5-21 அன்று 10 கி.மீ உயரத்திற்கான சோதனையில் வெற்றிகரமாக ஏவப்பட்டு மீண்டும் மென்மையாக கணிக்கப்பட்ட இடத்தில் தரை இறங்கியதன் மூலம் ஸ்பேஸ் எக்ஸ் மற்றொரு வரலாற்று சாதனையை படைத்தது. இந்த மீட்டு எடுக்கப்பட்ட மாதிரி ராக்கெட், ஆய்வுக்கு உட்படுத்தப்பட்டு மீண்டும் வளிமண்டல பாதைக்கு அனுப்பும் முயற்சியை எடுத்துள்ளது. இதன் மூலம் இந்த ராக்கெட் மறுபயன்பாடு தொழில்நுட்பத்திலும் வெற்றியை பெறும். முதல் முயற்சியாக ஸ்டார்ஷிப் SN20 விண்கலத்தை சூப்பர் ஹெவி

13.7 செவ்வாய் கிரகத்தில் காலனி (மார்ஸ் காலனி) அமைந்தால் எப்படி இருக்கும் என்ற கற்பனைப் படம் (ஸ்பேஸ் எக்ஸ்)

பூஸ்டர் (BN4) மேலே வைத்து 120 மீ உயரம் கொண்ட இரண்டு நிலை ராக்கெட்டாக கட்டமைத்து சுற்றுப்பாதைக்கு இந்தவருடம் அனுப்பும் என்ற எலான் மஸ்க் கூறி உள்ளார். இதன் மூலம் இந்த இரண்டு நிலை ராக்கெட் ஸ்பேஸ் எக்ஸின் முதன்மை சுற்றுப்பாதை வாகனமாக மாறி, ஃபால்கன்-9 ராக்கெட்டுக்கு ஓய்வு கொடுத்து விடும். ஏனென்றால் ஒரு ஸ்டார்ஷிப்பின் மொத்த செலவு (Cost per launch) 28 மில்லியன் டாலர் மட்டுமே என்று மஸ்க் கூறியுள்ளார் எதிர்காலத்தில் அதிக விண்கலங்கள் உற்பத்தி செய்யும்போது இந்த விலைகுறைக்கப்படும் என்று எதிர்பார்க்கப்படுகிறது.

இந்த ஸ்டார்ஷிப் ராக்கெட் 350 ஸ்டார்லிங்க் செயற்கைகோள்களையும் ஒரே தடவை 500-600 கி.மீ சுற்றுப்பாதைக்கு அனுப்பமுடியும். இதன்மூலம் குறைந்த செலவில் அடுத்த ஐந்து ஆண்டுகளில் 12,000 செயற்கைகோள்களை விண்ணில் செலுத்த முடியும் என்று இந்நிறுவனம் நம்புகிறது. மேலும் இந்த ராக்கெட் மூலம் விண்வெளி சுற்றுலா பயணத்தையும் மிகக்குறைந்த செலவில் அடுத்த இரண்டு ஆண்டிலேயே 2023ல் சாத்தியப்படுத்தும் என்பதில் எந்த சந்தேகமும் இருக்காது என்று மஸ்க் கூறியுள்ளார். இந்த ஸ்டார்ஷிப் ராக்கெட் தற்போதுள்ள வேறு எந்த ஏவுகனை வாகனங்களையும் விட மிகக்குறைந்த செலவில் செயற்கைக்கோள் மற்றும் சரக்குகளை விண்வெளி சுற்றுப்பாதையில் கொண்டு செல்லும் என்று எதிர்பார்க்கப்படுகிறது.

13.8 ஸ்பேஸ் எக்ஸ்ன் சூப்பர் ஹெவி ராக்கெட் *(பூஸ்டர் ஹெவி (BNA) & ஸ்டார்ஷப் விண்கலம் (SN20) ஏவுதளத்தில் அடுக்கப்பட்டுள்ள படம். (இந்த 2021 வருடம் எந்த நேரத்திலும் விண்ணில் ஏவப்படலாம் என்று ஸ்பேஸ் எக்ஸ் கூறி உள்ளது.)*

நாசாவின் ஆர்டெமிஸ் (ARTEMIS) திட்டம் என்பது அமெரிக்காவின் தலைமையிலான சர்வதேச சந்திர மனித விண்வெளி திட்டமாகும். மனிதர்களை குறிப்பாக சந்திரனின் தென்துருவப்பகுதிக்கு அனுப்பி புதுமையான தொழில் நுட்பங்களை பயன் படுத்தி முன்பைவிட சந்திர மேற்பரப்பை ஆராய்வதாகும். முதல் முறையாக வணிக மற்றும் சர்வதேச விண்வெளி கூட்டாளர்களுன் இணைந்து நிலையான ஆய்வை சந்திரனில் மேற்கொள்ளும். இப்படியான இந்த திட்டத்தின் ஒரு பகுதியான மனிதனை சந்திரனில் தரையிரங்கும் நோக்கத்திற்காக நாசா, ஸ்டார்ஷிப் மனித தரையிறங்கும் அமைப்பு (Human Landing System-HLS) உருவாக்குவதற்கு 3 பில்லியன் டாலர்

கொடுத்து ஸ்பேஸ்-எக்ஸ் உடன் ஒப்பந்தம் செய்து உள்ளது. ஃபுளூ ஆரிஜின் மற்றும் டைனமிக்ஸ் என்ற மற்ற தனியார் விண்வெளி நிறுவனங்களுடன் போட்டிபோட்டு இந்த ஒப்பந்தத்தை பெற்றுள்ளது. இந்த ஸ்டார் ஷிப்- HLS, ஸ்பேஸ் எக்ஸ் ஹெவி பூஸ்டரைப் பயன் படுத்தி பூமியின் சுற்றுப்பாதையில் செலுத்தப்படும். தொடர்ச்சியான டேங்கர் விண்கலங்களை பயன்படுத்தி எரிபொருள் நிரப்பப்பட்டு, ஸ்டார்ஷிப் விண்கலம் சந்திரப்போக்குவரத்து மற்றும் சந்திரனில் தரையிறங்கும் நடவடிக்கைக்கு பயன் படுத்தப்படும். நாசாவின் ஓரியன் (Orion) விண்கலம் மூலம் உயர் சந்திர சுற்றுப்பாதையில் (High Lunar Orbit) வந்து இறங்கும் வீரர்களை சந்திரனின் மேற்பரப்புக்கு (Moons Surface) கொண்டு செல்லவும் இந்த ஸ்டார்ஷிப் பயன்படும். சந்திர மேற்பரப்பு நடவடிக்கைகளுக்கு பிறகு ஸ்டார்ஷிப் சந்திரனில் இருந்து கிளம்பி மீண்டும் ஓரியன் விண்கலத்தில் வீரர்களை கொண்டு வந்து விடும். மேலும் சந்திர சுற்றுப்பாதையில் கேட்வே (Gateway) என்ற திட்டமிடப்பட்ட சிறிய விண்வெளி நிலையம் அமைக்க நாசா முயற்சி செய்து வருகிறது. இது சூரிய சக்தியால் இயங்கும் தகவல் தொடர்புமையம், அறிவியல் ஆய்வகம், குறுகியகால வாழ்விட தொகுதி மற்றும் ரோவர்கள் மற்றும் பிற ரோபோக்கள் வைத்திருக்கும் இடமாக செயல்படும்.

ஸ்பேஸ் எக்ஸ்ன் ஸ்டார் ஷிப்-HLS, சந்திர சுற்றுப்பாதையில் உள்ள இந்த விண்வெளி நிலையத்துடன் இணைந்து இருந்து தேவையான பொழுதெல்லாம் சந்திர போக்குவரத்திற்கு பயன்படும். இதேபோல் இந்த ஸ்டார்ஷிப் விண்கலம் செவ்வாய் கிரகத்திற்கும் பயணங்களை மேற்கொள்ளும். செவ்வாய்கிரகத்தின் மேற்பரப்பில் மீத்தேனை உற்பத்தி செய்து எரிபொருளாக பயன் படுத்திக்கொள்ளும். செவ்வாய் நீரிலிருந்து வரும் ஆக்சிஜன் மற்றும் மீத்தேனை உந்துசக்திகளாக (Propellents) ஸ்டார்ஷிப் ராக்கெட் பயன் படுத்தும். செவ்வாய் கிரத்தில் மிகக்குறைந்த ஈர்ப்புவிசை (Gravity) இருப்பதால் ஸ்டார் ஷிப் விண்கலத்தை ஏவுதற்கு பூமியில் உள்ளது போல் பூஸ்டர் ராக்கெட் தேவையில்லை. உந்துசக்திகள் நிரப்பப்படவுடன் ஸ்டார்ஷிப் பூமிக்கு திரும்பி வர முடியும். இவ்வாறாக முடிந்தவரை உந்துசக்திகளை எடுத்து செல்வதற்கான செலவை குறைத்தும் மீண்டும் விண்கலத்தை பயன்படுத்த முடியும். ஸ்பேஸ் எக்ஸ் மனிதர்களை சந்திரனுக்கு சுற்றுப்பாதையில் அனுப்புவதற்கு முன்பு நிறைய சரக்கு ஏற்றி செல்லும் விண்கல விமானங்களை இந்த ஸ்டார்ஷிப் மூலம் பறக்க

விரும்புகிறது. இதன்மூலம் இதன் நம்பகத்தன்மையை (Reliability) அதிகரித்து பின்பு மனிதர்களை 2024-ல் நாசா ஒப்பந்தப்படி சந்திரனுக்கும் மற்றும் எதிர்காலத்தில் செவ்வாய்க்கும் அனுப்பி ஸ்பேஸ் எக்ஸின் கனவு திட்டமான மார்ஸ் காலனியை உருவாக்கும். அதற்கு முன்பு 2023-ல் டியர்மூன் (Dear Moon) திட்டத்தின் மூலம் ஜப்பானிய கோடீஸ்வரர் யூசாகு மெய்சாவா மற்றும் சிலரை சுற்றுலா பயணமாக தன்னுடைய ஸ்டார்ஷிப் ராக்கெட் மூலம் சந்திரனின் சுற்றுப்பாதையை சுற்றிவர ஒப்பந்தம் செய்துள்ளது என்பது குறிப்பிடத்தக்கது. இந்த ஸ்டார்ஷிப்பின் பூஸ்டர் ஹெவிராக்கெட் சாட்டன்-4 ராக்கெட்டை விட இரண்டு மடங்கு உந்துதல் கொடுக்ககூடியது அதாவது 7500 டன் ஆகும். அப்பல்லோ விண்கலம் மூலம் முதன் முதலில் நிலவுக்கு மனிதனை கொண்டு சென்ற இந்த சாட்டன்-5 மூன்று அடுக்கு கொண்ட ராக்கெட்டின் முதல் நிலை உந்துதல் தோராய மாக 3500 டன் ஆகும். இந்த முதல் நிலையில் ஐந்து எப்-1 இஞ்சின்கள் பொருத்தப்பட்டு இருந்தது. இந்த ஒரு இஞ்சின் 700 டன் உந்துதல் தரக்கூடியது. ஒரு எரிவு அறையை (Combustion Chamber) கொண்ட திரவ எரிபொருளில் இயங்கும் இஞ்சின்களில் இது தான் உலகில் அதிக உந்துதல் கொடுக்கக்கூடியது ஆக இருந்தது. இந்த இஞ்சினின் உலர் எடை 8390 கிலோ. இதன் உந்துதல் எடை விகிதம் என்பது 94 ஆகும். இந்த விகிதம் மெர்லின் 1-டி இஞ்சினை விட பாதியாகும். இதனால் ஸ்பேஸ் எக்ஸ் இந்த ஹெவி பூஸ்டர் ராக்கெட்டில் உள்ள ராப்டர் இஞ்சினை மிகவும் திறனுள்ளதாக குறைந்த எடையில் தயாரிக்க முயற்சி செய்து வெற்றி கண்டுள்ளது. கடல் மட்ட நிலையில் (Sea Level) இயங்கக்கூடியதாக இருக்கும் இந்த இஞ்சினின் உந்துதல் (Thrust) 220 டன் ஆகும். இந்த இஞ்சினின் எடை 1360 கிலோ மற்றும் உந்துதல்-எடை விகிதம் அளவை கூட்டுவதற்கு மறுசெய்கை (Intentions) செய்து வருகின்றது. தற்போதுள்ள இந்த விகிதம் 170 ஆகும்.

இதே போல் ஸ்டார்ஷிப் இரண்டாம் நிலையில் இயங்கக்கூடிய வெற்றிட ராப்டர் இஞ்சினினை வடிவமைத்து உள்ளது. இது வெற்றிடத்தில் இயங்குவதற்கு தயார்படுத்துவதால் இதனின் பரப்பளவு விகிதம் (Area Ratio) அதிகமாக இருக்கவேண்டும். இதனால் இஞ்சின் முனையின் நீளம் அதிகமாகும்பொழுது எடையும் கூடும். ஸ்பேஸ் எக்ஸ் தனது மறுசெய்கை மூலம் இதே உந்துதலை குறைந்த எடையில் பெறுவதற்கு முயற்சி செய்து வருகின்றது. அதாவது 220 டன் உந்துதலை 1800 கிலோ இஞ்சின் எடையில்

உருவாக்கும்பொழுது உந்துதல் எடை விகிதம் என்பது 120 என்ற நல்ல அளவு கொடுக்கும். இவ்வாறாக தனது தொடர்முயற்சியின் மூலம் ஸ்பேஸ் எக்ஸ் இந்த இலக்கை அடைந்துள்ளதாக அதன் இணையதளத்தில் கூறியுள்ளது. நாம் மேலே கூறியது போல் முன் மாதிரி ஸ்டார் ஷிப் ராக்கெட்டில் இதே மாதிரி மூன்று ராப்டர் இஞ்சின்களை பயன்படுத்தி விண்ணில் 12 கி.மீ வரை செலுத்தி மீட்டெடுத்து வெற்றியும் பெற்றுள்ளது.

இவ்வாறாக அமெரிக்காவின் சாட்டன்-V ராக்கெட்டிற்கு பிறகு உலகின் மிகப்பெரிய வலிமையான மற்றும் விலை குறைவான இரண்டு அடுக்கு கொண்ட சூப்பர் ஹெவி ராக்கெட்டை உருவாக்கி உள்ளது. முதல் நிலை, பூஸ்டர் ஹெவி(BN) என்று அழைக்கப்படுகிறது. இதில் 30 ராப்டர் எஞ்சின்கள் உள்ளது. இரண்டாம் நிலை, ஸ்டார்ஷிப் (SN) என்று அழைக்கப்படுகின்றது. இதில் ஆறு ராப்டர் எஞ்சின்கள் உள்ளது. 120 மீட்டர் உயரம் கொண்ட இந்த சூப்பர் ஹெவி ராக்கெட் மிக விரைவில் இந்த வருடமே விண்வெளி பயணத்துக்கு வரும் என்று ஸ்பேஸ் எக்ஸ் கூறியுள்ளது. இந்த ராக்கெட் 40 அடுக்கு மாடி குடியிருப்பு கட்டிடத்திற்க்கு இணையான உயரம் கொண்டது. இந்த இரண்டு அடுக்கு ராக்கெட்டின் மொத்த எடை 5000 டன். இது 4500 கார்களின் எடைக்கு சமமானது. இதில் 90 சதவீதம் அதாவது 4500 டன் என்பது எரிபொருளின் எடையாகும். காலி எடை என்பது 400 டன் ஆகும். இந்த பிரமாண்ட ராக்கெட்டை பூமியிலிருந்து மேலே எழுப்பி கொண்டு செல்ல முதல் நிலையில் உள்ள 30 இஞ்சின்கள் மற்றும் இரண்டாம் நிலையில் உள்ள ஆறு இஞ்சின்கள் மொத்தம் 36 இஞ்சின்கள் 7500 டன் உந்துதலை (Thrust) உருவாக்குகிறது. இந்த 280 டன் காலி எடையுள்ள முதல் நிலையை முதல் நிலையில் உள்ள மூன்று எஞ்சின்களை பயன்படுத்தி மீட்டு (Recovery) எடுக்கலாம். இதே போல் ராக்கெடெடின் இரண்டாம் நிலையின் காலி எடை 120 டன் ஆகும். இந்த இரண்டாம் நிலையை, இரண்டாம் நிலையில் உள்ள ஒரு இஞ்சின் மூலம் மீட்டெடுக்கலாம். இவ்வாறாக ராக்கெட்டின் இரண்டு நிலையையும் மீட்டு எடுத்து மீண்டும் பயன்படுத்தும்போது செலவு வெகுவாக குறைக்கப்படும் என்று ஸ்பேஸ் எக்ஸ் நிறுவனம் கூறியுள்ளது.

13.1 உலக சக்தி வாய்ந்த ராக்கெட்டுகள்-ஒப்பீடு

வ. எண்	நாடு	ராக்கெட் பெயர்	உயரம்	LEOக்கு செல்லக் கூடிய பேலோட் (Payload)	நிலை
1.	இரஷ்யா	எனர்சியா	57.8 மீ	100 டன்	ஓய்வு பெற்றது
2.	ஸ்பேஸ் எக்ஸ் அமெரிக்கா	ஃபால்கன் ஹெவி	70 மீ	63.8 டன்	செயல் பாட்டில் உள்ளது
3.	இரஷ்யா	எனிசேய்	80 மீ	103 டன்	வளர்ச்சியின் கீழ் உள்ளது இலக்கு:2028
4.	சீனா	லாங்க் மார்ச்-9	93 மீ.	140 டன்	வளர்ச்சியின் கீழ் உள்ளது இலக்கு 2030
5.	அமெரிக்கா	எஸ்.எல்.எஸ் பிளாக்-1	98.1 மீ.	95 டன்	வளர்ச்சி முடிந்தது. இலக்கு: நவ. 2021
6.	இரஷ்யா	என்-1	105 மீ.	95 டன்	ஓய்வு பெற்றது
7.	அமெரிக்கா	சாட்டன்-V	110.6 மீ	140 டன்	ஓய்வு பெற்றது
8.	அமெரிக்கா	எஸ்.எல்.எஸ் பிளாக் 2 (கார்கோ)	111.3 மீ	130 டன்	வளர்ச்சி முடிந்தது. இலக்கு: (நவ. 2021)
9.	ஸ்பேஸ் எக்ஸ் அமெரிக்கா	ஸ்டார்ஷிப் சூப்பர் ஹெவி ராக்கெட்	120 மீ	150 டன்	வளர்ச்சியின் கீழ் உள்ளது இலக்கு: (2021-22)

14

விண்வெளி வெளி சுற்றுலா

14.1 ஸ்பேஸ் எக்ஸ்-ப்ளூ ஆரிஜின்-வெர்ஜின் கேலக்டிக் விண்வெளி சுற்றுலா போட்டி

ப்ளூ ஆரிஜின் என்பது அமெரிக்காவில் தனியார் நிதியுதவியுடன் இயங்கும் விண்வெளி உற்பத்தியாளர் மற்றும் துணை சுற்றுப்பாதை விண்வெளி சேவை நிறுவனம் (Sub Orbital Space Flight) ஆகும். அமேசானின் நிறுவனர் மற்றும் தலைமை நிர்வாக அதிகாரியான ஜெஃப் பெசோஸ் 2000 ஆம் ஆண்டு இந்த நிறுவனத்தை தொடங்கினார். அமெரிக்காவில் இருந்து முதன் முதலில் விண்வெளிசுற்றுப்பாதைக்கு சென்று பெருமை சேர்த்தவர் ஆலன் ஷெப்பார்ட். அவரை போற்றும் விதமாக தனது நிறுவனத்தின் மூலம் உருவாக்கும் ராக்கெட்டுக்கு நியூ ஷெப்பார்ட் (New Shepard) என்று பெயர் வைத்தார். இந்த ஒரு நிலை ராக்கெட் 18 மீ உயரம் கொண்டது; இந்த ராக்கெட்டின் மொத்த எடை 40 டன் ஆகும். திரவ ஆக்சிஜன் மற்றும் திரவ ஹைட்ரஜன் உந்துப்பொருளை கொண்டு இயங்கும் பி.இ.3 (BE-3) கிரையோஜனிக் இஞ்சின் இதில் உள்ளது. இந்த இஞ்சின் 49 டன் உந்துதல் கொடுக்கக்கூடியது. இந்த ஒருநிலை கொண்ட (Single Stage) ராக்கெட் 110 நொடிகள் மட்டுமே இயங்கக்கூடியது. ஸ்பேஸ் எக்ஸ் மற்றும் மற்ற விண்வெளி நிறுவனங்களை போல் அல்லாமல், ப்ளூ ஆரிஜின் இந்த ஒரு நிலை ராக்கெட்டை மட்டுமே உருவாக்கி பூமியின் துணை சுற்றுப்பாதைக்கு (100 கி.மி) செல்வதற்கு முழுக்கவனத்தையும் செலுத்தியது. அதே நேரம் இந்த முதல் நிலையை மீட்டெடுத்து மீண்டும் பயன்படுத்தும் வகையிலான தொழில்நுட்பத்திலும் கவனம் செலுத்தியது. இந்த இஞ்சின் முழு உந்துதல் 49 டன்னில் இருந்து 9 டன் ஆக குறைந்து (Throttle reduction) இயங்கக்கூடிய வகையில் வடிவமைக்கப்பட்டது. செங்குத்து புறப்பாடு மற்றும் செங்குத்து தரையிறங்கும் (வி.டி.வி.எல்) முறையை பயன்படுத்தியே ராக்கெட்டை மீட்டு எடுத்தது. நவம்பர் 23, 2015 அன்று இந்த நியூ ஷெப்பாட் (NS2-1) முதல் நிலை ராக்கெட் மற்றும் ஆளில்லா விண்கலம் பூமியின்

14.1 புளூ ஆரிஜின் நியூ ஷெப்பர்ட் ராக்கெட் மற்றும் விண்கலம்.

துணை சுற்றுப்பாதையை அதாவது கர்மன் கோட்டிற்கு மேலே (*Karman Line*) உள்ள விண்வெளியை நொடிக்கு 1.2 கிலோ மீட்டர் வேகத்தில் சென்றடைந்து மீண்டும் தரையில் வந்து இறங்கியது. இதன் மூலம் துணை சுற்றுப்பாதைக்கு சென்று விட்ட பூஸ்டர் ராக்கெட்டை மீண்டும் பூமியில் மீட்டெடுத்து முதன் முறையாக சாதனை படைத்தது. ஸ்பேஸ் எக்ஸ் நிறுவனம் இரண்டு நிலை பால்கன்-9 ராக்கெட்டை விண்வெளி சுற்றுப்பாதைக்கு கொண்டு சென்று அதில் உள்ள முதல் நிலையை டிசம்பர் 2015-ல் முதல்முறையாக மீட்டெடுத்து உலக சாதனை படைத்தது என்பது குறிப்பிடத்தக்கது. இவ்வாறாக இந்த மீட்டெடுத்த நியூ ஷெப்பேர்ட் முதல் நிலையை புதுப்பித்து (*NS2-2*) மீண்டும் ஜனவரி 22, 2016ல் துணைசுற்றுப்பாதைக்கு அனுப்பி மீண்டும் தரையில் மீட்டு எடுத்து சாதனை படைத்தது. இவ்வாறாக இந்த *NS2* என்று அழைக்கப்பட்ட முதல் நிலை ஷெப்பர்ட் ராக்கெட்டை ஐந்து முறை மீண்டும் பயன்படுத்தி விண்ணில் செலுத்தி மீட்டெடுத்தது. இதன் மூலம் ராக்கெட்டின் நம்பகத்தன்மையை கூட்டியது. ஆனால் துணைசுற்றுப்பாதையை தாண்டி செல்லக்கூடிய ராக்கெட்டை உருவாக்கி

14.1.1 புளூ ஆரிஜின் விண்கலம் மற்றும் அதில் உள்ள பெரிய ஜன்னல்கள்.

இன்னும் வெற்றியைக்கொடுக்கவில்லை. இதன் போட்டியாளரான ஸ்பேஸ் எக்ஸ் நிறுவனம் இதில் மிகப்பெரிய வெற்றி கண்டுள்ளது என்பது குறிப்பிடத்தக்கது. ப்ளூ ஆரிஜின் நியூ க்ளென் (New Glenn) என்ற இரண்டு நிலைராக்கெட்டை உருவாக்குவதற்க்கு பல வருடங்களாக பணி செய்து வருகிறது. இதன் மூலம் எதிர்காலத்தில் பூமியிலிருந்து தூரசுற்றுப்பாதை மற்றும் அதற்கு அப்பாலிலும் ராக்கெட்டை அனுப்ப முயற்சி செய்யும். இந்த ராக்கெட் ஸ்பேஸ் எக்ஸின் பால்கன்-9 மற்றும் பால்கன் ஹெவிராக்கெட்டிற்கு இணையானது. ப்ளூஆரிஜின் தன்னுடைய நியூ ஷ்ப்பார்ட் ராக்கெட்டை 15 முறை விண்ணில் செலுத்தி வெற்றிகண்டுள்ளது. இதே போல ப்ளூ ஆரிஜினின் விண்கலம் பல ஆய்வுகளுக்கு உட்படுத்தப்பட்டு வீரர்களை விண்வெளிக்கு கொண்டு செல்வதற்கான சான்றிதழை பெற்றுள்ளது. இந்த ப்ளூ ஆரிஜின் விண்கலத்தில் திட எரிபொருளில் (Solid Propellent) இயங்கும் ஒரு சிறிய ராக்கெட் உள்ளது. இதன் உந்துதல் 32 டன் ஆகும். நியூஷெப்பேர்ட் ராக்கெட்டில் ஏதாவது கோளாறு ஏற்படும் பொழுது வீரர்கள் பாதுகாப்பாக வெளியேறுவதற்கு இந்த சிறிய ராக்கெட் பயன்படுத்தபடும். அதாவது திட எரிபொருளில் இயங்கும் இந்த ராக்கெட்டானது 8 டன் எடை உள்ள விண்கலத்தை ஒரு நொடியில் 70 மீட்டர் உயரத்திற்கு ராக்கெட்டிலிருந்து பிரித்து எடுத்து சென்றுவிடும். இதன் மூலம் ராக்கெட்டில் கோளாறு

வந்து வெடித்தாலும் பயணிகள் பாதுகாப்பாக எஸ்கேப் ஆக முடியும். இவ்வாறாக இந்த ராக்கெட் ஏவுதலிலும், ஸ்பேஸ் எக்ஸ் ராக்கெட்டில் உள்ளது போல் பாதுகாப்பு அம்சம் உள்ளது. விண்கலத்தில் உள்ள இந்த க்ரூ எஸ்கேப் சிஸ்டம் (Crew Escape System) பலதடவை பலநிலைகளில் உட்படுத்தப்பட்டு துல்லியமான வெற்றியைப் பெற்றுள்ளது. மேலும் இந்த விண்கலத்தில் ஏழுபேர் அமர்ந்து பயணம் செய்யலாம். ட்ராகன் மற்றும் சோயுஸ் விண்கலம் போல் அல்லாமல் இதில் மிக நீளமான ஜன்னல் மற்றும் வசதியாக அமர்ந்து செல்லக்கூடிய இருக்கைகள் உள்ளது. ப்ளூ ஆரிஜின் முக்கிய நோக்கமே துணைசுற்றுப்பாதை விண்வெளி சுற்றுலா பயணம் என்பதாகும். அதாவது 100 கி.மீ உயரத்தில் இருந்து பூமியை பார்த்து ரசிக்க வேண்டும் என்பதாகும். ஸ்பேஸ் எக்ஸ் நிறுவனம் மனிதர்களை சர்வதேச விண்வெளி ஆராய்ச்சி நிறுவனம், சந்திரன் மற்றும் செவ்வாய் கிரகத்திற்கு கொண்டு செல்வதற்கான முயற்சிகளை செய்து வரும் நிலையில், ப்ளூ ஆரிஜின் நிறுவனம் தன்னுடைய குறிக்கோளாக மனிதர்களை குறைந்தசெலவில் பூமியின் துணைச்சுற்று பாதைக்கு கொண்டு செல்வதற்கான முயற்சியை கையில் எடுத்து விண்வெளி சுற்றுலாவை தொடங்கி லாபம் பார்க்க உள்ளது. இந்த துணை சுற்றுப்பாதைக்கு செல்வதற்கு விண்வெளி வீரர்களுக்கு கொடுக்க கூடிய அளவிற்கான பயிற்சி தேவை இல்லை. ராக்கெட் மேலே செல்லும் போது அதிகமாக 3g முடுக்கம் (acceleration) மற்றும் விண்கலம் ராக்கெட்டிலிருந்து

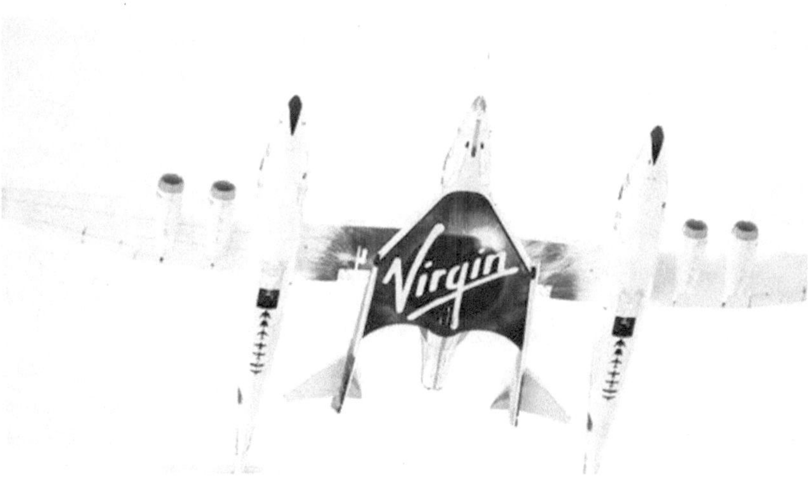

14.1.2 வெர்ஜின் கேலக்டிக்காவின் வி.எஸ்.எஸ்.யூனிட்டி என்ற ஸ்பேஸ்ஷிப்பை எடுத்துச் செல்லும் கேரியர் விமானம்.

பிரிந்து துணை சுற்றாலாபாதையிலிருந்து பூமியை நோக்கி வரும்போது 6ஜ முடுக்கம் இவற்றை தாங்கக்கூடிய பயிற்சியை மனிதன் பெற்றால் போதும். அதாவது புவியீர்ப்பு விசையைவிட ஆறுமடங்கு அதிகமாக இருக்கும் சூழ்நிலையை கடக்கவேண்டும். இந்த சூழ்நிலை மிகக்குறைந்த அதாவது 3 முதல் 5 வினாடிகள் மட்டுமே இருக்கும். மேலும் விண்கலம் வடிவமைப்பு என்பது 152 முதல் 193 சென்டிமீட்டர் உயரம் உள்ள மனிதர்கள் மட்டுமே பயணம் செய்யக்கூடியதாக உள்ளது. வானூர்திகளில் (Aeroplane) பயணம் செய்யும்பொழுது இந்த கட்டுப்பாடுகள் கிடையாது என்பது குறிப்பிடத்தக்கது. மேலும் ப்ளூ ஆரிஜின் சில கட்டுப்பாடுகள் சுற்றுலா பயணிக்கு விதித்து உள்ளது. அதாவது குறைந்தது 18 வயது ஆகி இருக்கவேண்டும் மற்றும் அதிகமாக 100 கிலோ மட்டுமே எடை கொண்டிருக்க வேண்டும் என்பதாகும். கூடுதலாக எடை உள்ளவர்கள் சீட்டில் வசதியாக அமர முடியாது என்பதும் ஒரு காரணமாகும். மேலும் ஒரு கிலோவிற்கு அதிகமாக 2 கோடி கட்டணம் வரும். அதாவது ஒரு சீட்டிற்கு 28 மில்லியன் டாலர் (201 கோடி ரூபாய் இந்திய மதிப்பு) என ஏலத்தின் மூலம் இந்நிறுவனம் மே 2021 ஆம் ஆண்டு பெற்றுள்ளது. உலகம் முழுவதும் இருந்து 5000 பேர் இந்த விண்வெளிப்பயணத்திற்கு செல்ல ஆர்வத்தோடு விண்ணப்பித்து இருந்தனர் என்று ப்ளூ ஆரிஜின் தெரிவித்து இருந்தது. இதற்கு காரணம் இந்த ராக்கெட் தோல்வியில்லாமல் வெற்றியைக்கொடுத்து நம்பகத்தன்மையை வெளிக்காட்டியது.

14.1.3 வெர்ஜின் மேலக்டிக்காவின் ஸ்பேஸ்ஷிப் 95 கி.மீ. உயரத்திற்கு சென்றுவிட்டு ரன்வேயில் தரை இறங்கியபோது எடுத்த படம்.

ப்ளூ ஆரிஜின் நிறுவனர் ஜெஃப் பேசாஸ் அவர்களும் தானும் பயணம் செய்ய போவதாக அறிவித்து இருந்தார். இவரும் இவரது இளைய சகோதரர் மார்க் பெசோஸ் இருவரும் இணைந்து செல்ல இருக்கின்றனர். இவர்களுடன் மூன்றாவது நபராக தேர்வு செய்யப்பட்டவர் 82 வயதான வாலி ஃபங்க் ஆவார். இந்த வாலி ஃபங்க் 1960களில் நாசாவின் விண்வெளி பயிற்சி திட்டத்தில் தேற்ச்சி பெற்ற 13 பெண்களில் ஒருவராவார். அதாவது 1961 மற்றும் 1963க்கு இடையில் அமெரிக்கர்கள் முதன்முதலில் விண்வெளிக்கு அனுப்பிய நாசாவின் மெர்குரி திட்டத்தின் கீழ் ஏழு ஆண் விண்வெளி வீரர்களோடு கடுமையான சோதனையில் தேர்ச்சிபெற்ற அந்த பெண்களில் 21 வயதே ஆன இளம்வயது பைலட் (Pilot) ஆவார். ஆனால் பெண் என்ற காரணத்தினால் அப்பொழுது இவருக்கு விண்வெளியில் பயணம் செய்ய வாய்ப்பு மறுக்கப்பட்டது. அந்த விண்வெளி வாய்ப்பு 55 வருடத்திற்கு பிறகு இப்பொழுது ப்ளூ ஆரிஜின் மூலம் இவருக்கு கிடைக்கப்பட்டது என்பது குறிப்பிடத்தக்கது. நான்காவது நபராக 18 வயதான டச் நாட்டின் இளைஞரான ஆலிவர் தியாமென் தேர்வு செய்யப்பட்டார். உண்மையில் இந்த இளைஞரின் இடத்தில் ஏலம் மூலம் தேர்வு செய்யப்பட்டு 28 மில்லியன் டாலர் பணம் செலுத்திய பணக்காரர் ஒருவர் தான் பயணிக்க வேண்டும். ஆனால் கடைசி நேரத்தில் அவருக்கு வேறு சில பொறுப்புகள் கவனிக்க வேண்டி இருந்ததால் அவரால் பயணம் மேற்க் கொள்ளவில்லை. அதனால் அவருக்குப் பதிலாக பயணிக்கும் வாய்ப்பை இந்த இளைஞர் பெற்றார்.

இவர்கள் நால்வரும் ஜூலை 20, 2021ல் முதன் முறையாக நியுஷெப்பார்ட் ராக்கெட் மற்றும் ஷெப்பார்ட் விண்கலம் மூலமாக விண்வெளியின் துணை சுற்றுப்பாதைக்கு (கர்மன் கோடுக்கு மேலே) சென்று 5 நிமிடங்கள் அங்கு இருந்து பூமியை பார்த்து ரசித்து விட்டு மீண்டும் பூமிக்கு திரும்பினர். தனது சிறுவயது கனவு இந்த விண்வெளி பயணத்தின் மூலம் நிறைவேறி உள்ளது என்று 57 வயதான ஜெஃப் பெசோஸ் கூறி உள்ளார். இதன் மூலம் ப்ளூ ஆரிஜினின் எதிர்கால விண்வெளி சுற்றுலாத் திட்டத்திற்கான முயற்சியில் அதன் நிறுவனரே முதல் நபராக அவரது நிறுவனம் உருவாக்கிய விண்கலத்தில் பயணம் செய்து தொடங்கி வைத்து இருக்கிறார் என்பது குறிப்பிடத்தக்கது.

இவ்வாறாக ப்ளூ ஆரிஜின் விண்வெளி சுற்றுலா திட்டத்தில் ஸ்பேஸ் எக்ஸ் நிறுவனத்திற்கு கடும் போட்டியை கொடுத்துள்ளது. மேலும் நாசாவின் ஆர்டெமிஸ் திட்டமான நிலவுக்கு செல்லும் பயணத்திட்டத்திலும் ஸ்பேஸ் எக்ஸ் உடன் போட்டி போட்டு

2.5 பில்லியன் டாலர் மதிப்பிலான ஒப்பந்தத்தை பெற்றுள்ளது. ஸ்பேஸ் எக்ஸ் நிறுவனமும் 3 பில்லியன் டாலர் மதிப்பிலான ஒப்பந்தத்தை நாசாவிடம் பெற்றுள்ளது. மேலும் ஜப்பானிய கோடீஸ்வரர் ஒருவரை சர்வதேசவிண்வெளி நிலையத்திற்கு பயணம் செய்வதற்கு சோயுஸ் நிறுவனமும், ஸ்பேஸ் எக்ஸ் நிறுவனம் டியர் மூன் திட்டத்தின் மூலம் சந்திரனின் சுற்றுப்பாதைக்கு பயணம் மேற்கொள்ளவும் ஏப்ரல் 2021-ல் ஒப்பந்தம் இட்டு உள்ளது.

வெர்ஜின்கேலக்டிக்:

இதேபோல் அமெரிக்காவின் மற்றொரு தனியார் விண்வெளி நிறுவனமான வெர்ஜின் கேலக்டிக்கின் (Virgin Galactic) நிறுவனர் கோடீஸ்வரர் சர் ரிச்சர்ட் பிரான்சன் மற்றும் அவரது குழுவினர் விண்வெளிக்கு ஜீலை 11, 2021 அன்று சென்றுவிட்டு பாதுகாப்பாக பூமிக்கு திரும்பி விண்வெளி சுற்றுலாவை தொடங்கி இருக்கிறார்கள். மொத்தம் ஐந்து நிமிடங்கள் வி.எஸ்.எஸ். யூனிட்டி (ஸ்பேஸ்ஷிப்-2) என்ற விண்கலம் விண்ணில் மிதந்துவிட்டு பின் பூமிக்கு பாதுகாப்பாக வந்தது. வி.எம்.எஸ்.ஈவ் (VMS EVE) என்ற இரட்டை எஞ்சின் கொண்ட கேரியர் விமானம் மூலம் இந்த ஸ்பேஸ்ஷிப்-2 விண்கலம் 12 கி.மீ. உயரத்திற்கு எடுத்துச் செல்லப்பட்டு பின்பு அங்கிருந்து கழற்றிவிடப்பட்டது. அப்பொழுது விண்கலத்தில் உள்ள ஹைபிரிட் ராக்கெட் (Hybrid rocket) எஞ்சின் இயங்கத் தொடங்கி விண்கலத்தை 90 கி.மீ. உயர பூமியின் துணைச் சுற்றுப் பாதைக்கு எடுத்துச் சென்று விண்வெளியில் மிதக்கத் தொடங்கியது. அந்த உயரத்தில் புவி ஈர்ப்பு விசை குறைவாக இருப்பதால் விண்கலத்தில் உள்ள விண்வெளி குழு சரியாக 5 நிமிடம் மிதந்தனர். மேலே இந்த விண்கலம் வெற்றிகரமாக மிதந்தபின் விண்கலத்தில் உள்ள எஞ்சின்கள் எதிர் திசையில் கிளைடர்கள் மூலம் திருப்பப்பட்டு பூமியை நோக்கி திரும்பி வந்தது.

இரண்டு விமானத்தை இணைந்ததை போன்ற தோற்றம் கொண்ட கேரியர் விமானம் ஒயிட் நைட்டு (White night two) என்றும் அழைக்கப்படும் இந்த கேரியர் விமானம் இரண்டு பைலட்டைக் கொண்டு இயக்கக்கூடியது. இந்த கேரியர் விமானத்திற்கு நடுவில் இருக்கும் இடைவெளியில்தான் ஸ்பேஸ்ஷப்-2 விண்கலம் பொருத்தப்பட்டு இருக்கும். கேரியர் விமானத்தில் இரண்டு பைலட்டுகள் இரண்டு புறமும் அமர்ந்து இயக்குவார்கள். நடுவில் உள்ள ஸ்பேஸ்ஷ-2 விண்கலத்தில் ஒரு பைலட், துணை பைலட் மற்றும் நிறுவனர் பிரான்சன், அது போக மூன்று பேர் கொண்ட அந்த கம்பெனியின் ஆராய்ச்சி குழு என மொத்தம் ஆறு பேர்

பயணம் செய்து இருந்தனர். மொத்த அடிப்படை அமைப்பு எப்படி இருக்கும் என்பதை இங்கு உள்ள புகைப்படத்தில் காணலாம்.

இந்த விண்கலம் மற்றும் கேரியர் விமானம் மீண்டும் பயன்படுத்தக்கூடியது என்பதால் விண்வெளிக்கு செல்ல ஒரு சுற்றுலா பயணிற்க்கு 2,50,000 டாலர் மட்டுமே வெர்ஜின் கேலக்டிக் வசூல் செய்தது. புளூ ஆரிஜின் 28 மில்லியன் டாலர் ஒரு டிக்கெட்டிற்கு வசூல் செய்து இருந்தது. இந்த வெர்ஜின் கேலக்டிக் விமானம் மற்றும் விண்கலத்தில் ஆபத்து நேரத்தில் வெளியேறக்கூடிய எஸ்கேப் சிஸ்டம் இல்லை என்பது குறிப்பிட வேண்டியது. புளூ ஆரிஜின் மற்றும் ஸ்பேஸ் எக்ஸ் விண்கலங்களில் இந்த க்ரூ ஸ்கேப் சிஸ்டம் உள்ளது முக்கியமானது.

இவ்வாறாக புளூ ஆரிஜின் மற்றும் வெர்ஜின் கேலக்டிக் பூமியின் துணைச் சுற்றுப்பாதைக்கான விண்வெளி சுற்றுலா போட்டியை வெற்றிகரமாக அவர்களின் வெற்றியின் மூலம் ஸ்பேஸ் எக்ஸ் நிறுவனத்துடன் விண்வெளி போட்டியை தொடங்கி உள்ளது. ஸ்பேஸ் எக்ஸ் நிறுவனம் சந்திரன் மற்றும் செவ்வாய்க்கு செல்வதற்கான விண்வெளி போட்டியை ஏற்கெனவே தொடங்கி உள்ளது. இந்தப் போட்டியில் விண்வெளி செல்வதற்கான கட்டணத்தை மேலும் குறைத்துக் கொடுக்கும் நிறுவனமே அதிக விண்வெளி சுற்றுலா பயணிகளை ஈர்க்கக்கூடும் என்பது குறிப்பிடத்தக்கது. இவ்வாறாக எதிர்காலத்தில் விண்வெளிக்கு குறைந்த செலவில் பயணம் செய்யக்கூடிய தூரம் மிக அருகில் உள்ளதாகவே விண்வெளி ஆராய்ச்சியாளர்கள் கூறி உள்ளனர்.

14.2 ஜப்பானிய கோடீஸ்வரர் யூசாகு மேசாவாவின் விண்வெளிப் பயணக் கனவு

விண்வெளி ஆராய்ச்சியை வருடம் 2000 ஆண்டுக்கு முன்பு மற்றும் 2000க்கு பின்பு என்று இரண்டு காலங்களாக பிரிக்கும்பொழுது 1950இல் தொடங்கி 2000ஆம் ஆண்டு வரை உலக நாடுகள் அரசு நிறுவனம் மூலம் விண்வெளிக்கு செயற்கைக்கோள்களை அனுப்பியும், பயிற்சி பெற்ற விண்வெளி வீரர்களை விண்வெளிக்கு அனுப்பி ஆராய்ச்சியும் செய்தும் வந்தன. இதன்மூலம் தங்களுடைய நாட்டின் வளர்ச்சிக்கு குறிப்பாக தகவல் தொடர்பு, மருத்துவம் மற்றும் இராணுவ வளர்ச்சிக்கு உதவியாக இருந்தன. பின்பு மற்ற நாடுகளின் செயற்கைகோள்களை செலுத்தியும் மற்ற நாடுகளின் தொழில்நுட்ப வளர்ச்சிக்கும் உதவின. ஆனால் வருடம் 2000க்கு

14.2 ஜப்பான் கோடீஸ்வரர் யூசாகு (இடது பக்கம் நிற்பவர்) மற்றும் எலான் மஸ்க் (வலது பக்கம் நிற்பவர்)

பின்பு, தனியார் விண்வெளி நிறுவனங்கள் வந்த பிறகு விண்வெளி ஆராய்ச்சி, வாணிபம் மற்றும் வர்த்தக போட்டியில் நுழைந்தன. மேலும் பூமியில் சுற்றுலா வீரர்கள் பயணப்படுவது போல், விண்வெளியிலும் சுற்றுலா செல்ல முடியும் என்ற நம்பிக்கையை உருவாக்கின. அதாவது பிரத்யேகமாக தேர்வு செய்யப்பட்டு பயிற்சி கொடுத்த விண்வெளி வீரர்கள் அல்லாமல், பொது மக்களையும் விண்வெளி பயணத்திற்கு அனுப்பும் முயற்சியில் இறங்கியது. ரஷ்யாவின் ரோஸ்காஸ்மாஸ் அரசு விண்வெளி நிறுவனம் தன்னுடைய சோயுஸ் ராக்கெட் மூலம் 2009இல் கனடாவச் சேர்ந்த தொழிலதிபர் லாலிபெர்ட் என்பவரை சர்வதேச விண்வெளி ஆராய்ச்சி நிலையத்திற்கு அனுப்பியது. அதன் பின்பு ரஷ்யாவின் சோயுஸ் ராக்கெட் மட்டுமே (Monopoly) மற்ற நாடுகளின் விண்வெளி வீரர்களை ஏப்ரல் 2020 வரை அனுப்பி லாபம் பார்த்து வந்தது. 2011 முதல் 2020 வரை வேறு எந்த நாடும் சோயுஸ் மாதிரியான விண்கலத்தை வைத்து இருக்காததே இதற்கு காரணம். தற்போது மே மாதம் 2020இல் ஸ்பேஸ்-எக்ஸ் வெற்றிகரமாக விண்ணில் மனிதர்களை செலுத்தியது. அதனால் கடந்த பத்து வருடங்களாக கையில் எடுக்காத விண்வெளி சுற்றுலாவை ரஷ்யா இப்பொழுது மீண்டும் தொடங்கி வருமானம் பார்க்க முயல்கிறது.

இதன் முயற்சியாகத்தான் ஜப்பானின் பெரும் கோடீஸ்வரரான யூசாகு மேசாவு மற்றும் அவரின் உதவியாளரான ஹிரானோவை ஐ.எஸ்.எஸ் க்கு அழைத்து செல்ல ஒப்பந்தம் போட்டுள்ளது. இந்த ஒப்பந்தப்படி இந்த இருவரும் விண்வெளி சுற்றுலாவாக ரஷ்யாவின் சோயுஸ் MS-20 விண்கலம் மூலம் டிசம்பர் 8, 2021இல் அன்று சர்வதேச விண்வெளி ஆராய்ச்சி நிலையத்திற்கு சென்று 12 நாள்கள் தங்கி திரும்புவார்கள். இரஷ்யாவின் அனுபவமிக்க விண்வெளிவீரர் அலெக் ஷாண்டர் மிசுர்கின் இவர்களோடு பயணம் செய்து விண்கலத்தை வழி நடுத்துவார் என்று முடிவு செய்யப்பட்டுள்ளது. 12 நாட்கள் விண்வெளியில் தங்கி சுற்றுலாவை முடித்து மூன்று பேரும் பூமிக்கு திரும்புவார்கள் என்று கூறியுள்ளது. அதற்கு முன்பாக இந்த ஜப்பானியர் இருவரும் ஜீன் 2021 முதல் மாஸ்கோவில் உள்ள யூரிக்காரின் பயிற்சி மையத்தில் பயிற்சியை தொடங்கி உள்ளார்கள். மேலும் யூசாகு ஸ்பேஸ் எக்ஸ் ஸ்டார்ஷிப் மூலம் சந்திர மண்டலத்துக்கு சுற்றுலா செல்ல முதல் ஆளாக 2018இல் மிகப் பெரும் தொகையை செலுத்தி தனது பெயரை பதிவு செய்து உள்ளார் என்பது குறிப்பிடத்தக்கது. ஸ்பேஸ் எக்ஸ்-ஸ்டார்ஷிப் ராக்கெட் டியர்மூன் திட்டம் மூலம் 2023 ஆம் வருடம் இந்த ஜப்பானிய கோடீஸ்வரர் யூசாகுவை விண்வெளி சுற்றுலா பயணமாக சந்திரனின் சுற்றுப்பாதைக்கு அழைத்து செல்லும். இந்த ஸ்டார்ஷிப்பில் நிறைய இருக்கைகள் அதாவது 100 பேர் வரை பயணம் செய்ய கூடிய வசதி உள்ளதால் இந்த கோடீஸ்வரர் ஆறு முதல் எட்டு கலைஞர்களை சந்திரனைச் சுற்றியுள்ள பயணத்தில் அவருடன் சேருமாறு அழைப்பு விடுத்து இருக்கிறார். இவ்வாறாக, டிசம்பர் 2021இல் ஐ.எஸ்.எஸ் சுற்றுலாவை சோயுஸ் மூலமும் அதற்கு பின்பு 2023இல் சந்திர பயணத்தை ஸ்பேஸ்-எக்ஸ் ஸ்டார்ஷிப் மூலமும் செய்து சாதனை படைக்க உள்ளார். மேலும் இது வெற்றி அடைந்தால் இவர் மற்ற கிரகங்களுக்கும் சுற்றுலா செல்ல பதிவு செய்வதற்கான சாத்தியக்கூறுகள் இருப்பதாகவே விண்வெளி வல்லுனர்கள் கூறுகின்றனர்.

15

ஸ்பேஸ்-எக்ஸ் ன் விண்வெளிப் போட்டி

15.1 சர்வதேச விண்வெளி ஆராய்ச்சி நிலையத்திலிருந்து விலகும் ரஷ்யா

சர்வதேச விண்வெளி ஆராய்ச்சி நிலையம் என்பது அறிவியல் மற்றும் விண்வெளிஆராய்ச்சியில் உலக நாடுகளின் ஒருமித்த ஒற்றுமை மற்றும் பங்களிப்பை பிரதிபலிக்கும் சின்னமாக விளங்குகிறது. முக்கியமாக கடந்த 25 ஆண்டுகளில் அமெரிக்கா, ரஷ்யா, ஐரோப்பா யூனியன், ஜப்பான் மற்றும் கனடா நாடுகளின் கூட்டு முயற்சியாக வெற்றிகரமாக இயங்கி வருகின்றது. இதுவரை 19 நாடுகளில் இருந்து 240 விண்வெளி வீரர்கள் விண்வெளி ஆராய்ச்சி மையத்திற்கு சென்று வந்துள்ளனர். முக்கிய பங்களிப்பாக அமெரிக்காவிலிருந்து 151விண்வெளி வீரர்களும், ரஷ்யாவிலிருந்து 49 பேரும் ஜப்பானிலிருந்து 9 பேரும், கனடாவில் இருந்து 8 பேரும், ஐரோப்பியன் யூனியனில் இருந்து 13 பேரும் விண்வெளி ஆராய்ச்சி மையத்திற்கு அடிக்கடி சென்று வந்துள்ளனர். இந்த நிலையில் ரஷ்யாவின் ரோஸ்காஸ்மாஸ் விண்வெளி மையத்தின் தலைமை இயக்குநர் 20-4-21 அன்று ஒரு அறிவிப்பை வெளியிட்டு உள்ளார். அதாவது ரஷ்யா தனியாக ஒரு விண்வெளி ஆராய்ச்சி மையத்தை விண்வெளியில் கட்டத் துவங்கி 2030இல் இருந்து இயங்க ஆரம்பிக்கும் என்பதாகும். இதனை ரஷ்யா சர்வதேச விண்வெளி கூட்டமைப்பிற்கு முறையாக அறிவித்து 2025இல் சர்வதேச விண்வெளி ஆராய்ச்சி மையத்தின் ஆராய்ச்சியிலிருந்து விலகி விடும் என்று அந்நாட்டின் துணை பிரதம மந்திரி யூரிஃபோரிசாவ் அறிவித்துள்ளார். 1960 கால கட்டங்களில் ஒன்றுபட்ட ரஷ்யாவிற்கும் அமெரிக்காவிற்கும் இடையே விண்வெளி ஆராய்ச்சியில் மிகப்பெரிய போட்டி இருந்தது என்பது எல்லோருக்கும் தெரியும். 1985 காலத்திற்கு பிறகு இருவரும் ஒன்றிணைந்து 1998இல் சர்வதேச விண்வெளி ஆராய்ச்சி மையத்தை (ISS) கட்டத் தொடங்கினார்கள். அமெரிக்கா கொலம்பியா, டிஸ்கவரி, அட்லாண்டிஸ் மற்றும் சேலஞ்சர்

போன்ற விண்கல ஓடங்கள் மூலம் விண்வெளி வீரர்களையும், ஆராய்ச்சிக்கு தேவையான சாதனங்களையும் அனுப்பியது. அதே போல் ரஷ்யாவும் சோயுஷ் விண்கலம் செயற்கைகோள் மூலம் வீரர்களை அனுப்பியது. இன்றைய தேதியில் இதன் மதிப்பு இந்திய ரூபாயில் தோராயமாக 15 லட்சம் கோடி (200 பில்லியன் டாலர்). இதன் நீளம் அமெரிக்க கால்பந்து மைதானத்தின் நீளமான 109 மீட்டர் மற்றும் 75 மீட்டர் அகலம் கொண்டது.

பூமியிலிருந்து 402 கி.மீ. தொலைவில் உள்ள இதன் மொத்த எடை 420 டன் ஆகும். இது தோராயமாக 25 லாரிகளின் எடைக்கு சமம். இதன் பரப்பளவு 35000 சதுர அடி. இது நடுத்தர வர்க்க இந்தியர்களின் 20 வீடுகளுக்கு சமம். இந்த பிரமாண்டமான ஆராய்ச்சி மையத்திற்கு முதன் முதலில் 'ஷர்யா' என்ற கட்டுப்படுத்தக்கூடிய சிறிய பாகத்தை ரஷ்யா தான் புரோட்டான் ஏவுகணை மூலம் 1998இல் அனுப்பியது.

இதுபோல் முழுமையான விண்வெளி ஆராய்ச்சி மையம் உருவாக 10 வருடங்களும் 30 தடவை விண்வெளிக்கு ஏவுகணைகள் அமெரிக்கா மற்றும் இரஷ்யா கூட்டு முயற்சியால்

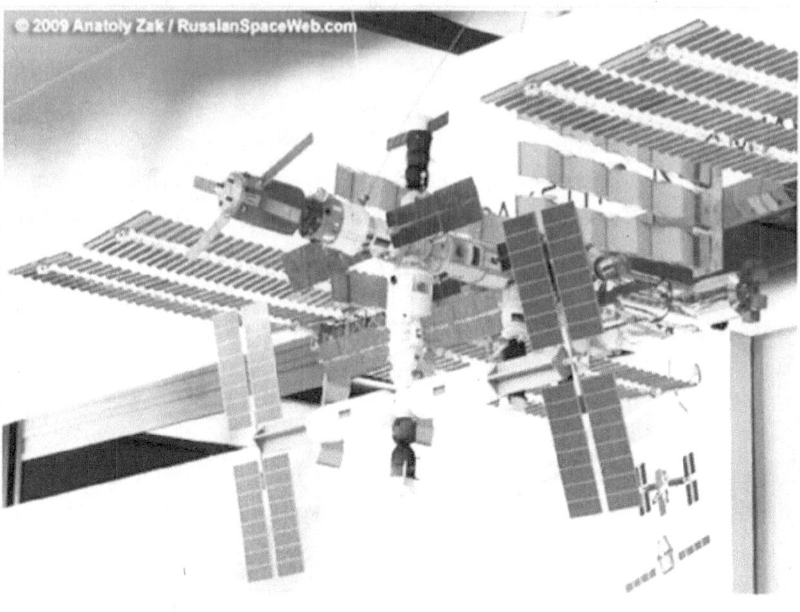

15.1 சர்வதேச விண்வெளி நிலையத்தில் உள்ள ரஸ்யாவின் பகுதி

அனுப்பப்பட்டது. இத்தகைய மாபெரும் திட்டத்திலிருந்து திடீரென ரஷ்யா விலகுவதற்கான காரணம் மற்றும் வியூகம் என்னவாக இருக்கும் என்று முழுமையாக தெரியவில்லை. நாசா 2011 ஆம் ஆண்டுக்கு பிறகு (கொலம்பியா விபத்து) ரஷ்யாவின் சோயுஷ் விண்கலத்தை மட்டும் பயன்படுத்தி வீரர்களை அனுப்பி வந்தது. ஏனென்றால் பாதுகாப்பு உறுதிபடுத்தப்படாத நாசாவின் விமான மாதிரி விண்கலங்களுக்கு ஓய்வு கொடுக்கப்பட்டது. சோயுஷ் விண்கலத்தில் வீரர்கள் ஆபத்து காலத்தில் வெளியேறக் கூடிய பாதுகாப்பு அம்சம் கொண்ட வசதி இருந்தது. இதனால் ரஷ்யா ஒரு விண்வெளி வீரருக்கு 90 மில்லியன் டாலர் (600 கோடி) வசூல் செய்தது. ஆனால் இன்று அமெரிக்காவின் தனியார் நிறுவனமான ஸ்பேஸ் – எக்ஸ் 55 மில்லியன் டாலர் (413 கோடி) மட்டுமே ஒரு விண்வெளி வீரருக்கு டிக்கெட் விலை நிர்ணயம் செய்து இருக்கிறது. ஸ்பேஸ்-எக்ஸ் வருகையால் பிற நாட்டு விண்வெளி வீரர்கள் இரஷ்யாவின் விண்கலத்தில் பயணம் செய்வதில்லை. மேலும் ஸ்பேஸ்-எக்ஸ் பால்கன்-9 ஏவுகணையிலும் ஆபத்தில் வெளியேறக்கூடிய பாதுகாப்பு அம்சம் உள்ளது. இதனால் மொத்தமாக பாதிக்கப்பட்டுள்ள இரஷ்யா தனியாக பிரிந்து செல்லலாம் என்று நினைத்து இருக்கலாம் என்று நிபுணர்கள் கருதுகின்றனர். ஏற்கனவே சீனாவும் தனியாக விண்வெளி மையம் ஒன்றை விண்வெளியில் அமைப்பதற்கான முயற்சியில் தனியாக இறங்கி செயல்பட்டு வருகின்றது என்பது குறிப்பிடத்தக்கது. நாசாவும், ஸ்பேஸ்-எக்ஸ் தனியார் நிறுவனமாக இருந்தாலும் அமெரிக்க மண்ணில் இருந்து அமெரிக்க ஏவுகணையில் அந்நாட்டு விண்வெளி வீரர்களை அனுப்புவதில் முன்னுரிமையும் ஆர்வமும் காட்டுகிறது. மேலும் 50 ஆண்டுகளுக்கு பிறகு மனிதனை நிலவுக்கு அனுப்புவதற்கான திட்டத்தை 2.3 பில்லியன் டாலர் மூலம் ஸ்பேஸ்-எக்ஸ் நிறுவனத்துக்கு கொடுத்து உள்ளது. அதனால் மீண்டும் மும்முனை விண்வெளி போட்டி அமெரிக்கா, ரஷ்யா மற்றும் சீனா நாடுகளுக்கிடையே தொடங்கி இருப்பதாகவே நம்பப்படுகிறது. இந்த போட்டியில் அமெரிக்காவோடு ஐரோப்பியன் யூனியன், கனடா நாடுகள் செல்லலாம். ரஷ்யாவோடு ஜப்பான் மற்றும் மற்ற நாடுகள் (அரபு எமிரேட், மலேசியா மற்றும் இந்தியா) செல்லலாம். இந்தியாவும் தனது நாட்டு ஏவுகணையில் இந்திய வீரரை அனுப்புவதற்கான திட்டத்தை இந்திய பிரதமர் மூலம் ஆகஸ்டு 2019இல் தொடங்கியது. அதன் ஒரு பகுதியாக தேர்வு செய்யப்பட்ட மூன்று விண்வெளி வீரர்கள் ரஷ்யாவில் யூரிக்காரின்

சென்டரில் விண்வெளி பயிற்சி பெற்றனர். இதற்காக இந்தியா ஒரு பெரிய தொகையை ரஷ்யாவிற்கு கொடுத்து உள்ளது. ஒரு காலத்தில் கிரையோசைனிக் தொழில் நுட்பத்தை இந்தியாவிற்கு கொடுக்க வந்த ரஷ்யாவை அமெரிக்கா தான் பொருளாதார தடை விதித்து விடுவோம் என்று தடுத்தது. ஆனால் இந்தியா தன்னிச்சையாக அந்த தொழில்நுட்பத்தில் மிகப்பெரிய வெற்றி பெற்றது. இதே போல் இந்தியாவும் எதிர்காலத்தில் ரஷ்யாவுடன் கூட்டு சேர்ந்து விண்வெளி ஆராய்ச்சி மையம் அமைப்பதில் பங்காற்றி உலக அரங்கில் விண்வெளியில் பல ஆராய்ச்சிகள் செய்து புதிய கண்டுபிடிப்புகளை நிகழ்த்தும் என்று நிச்சயமாக நம்புவோம். இந்திய விண்வெளி வீரர்கள் இரண்டு பேர் இந்திய ஏவுகணையில் விண்வெளிக்கு சென்று 14 நாள்கள் தங்கியிருக்கும் திட்டம் அடுத்த வருடம் 2022இல் வெற்றி பெறும் என்று இந்திய விண்வெளி ஆராய்ச்சி கழகம் ஏற்கனவே கூறியிருந்தது என்பது குறிப்பிடத்தக்கது.

15.2 சீனாவின் சொந்த விண்வெளி நிலையம் – ஒரு அலசல்

சீனா விண்வெளி ஆராய்ச்சியில் உலக நாடுகளோடு கூட்டு சேராமல் தன்னந்தனியாக பணியாற்றி வருகிறது. அமெரிக்கா மற்றும் ரஷ்ய நாடுகளோடு எதிர்காலத்தில் விண்வெளி பயணத்தில் கடுமையான போட்டி கொடுக்கும் அளவிற்கு தனது உத்தியை கையாண்டு பயணித்து வருகிறது. தன்னுடைய வலிமையான லாங்கமார்ச் வகை 5A, 5B ராக்கெட்டுகளை வைத்து செயற்கைக்கோள்களை விண்ணில் செலுத்தி வந்தது. இந்த ராக்கெட் 5 மீ விட்டம், 57 மீ உயரம் மற்றும் இரண்டு நிலை கொண்ட 855 டன் எடை கொண்டது. 25 டன் எடை (அதாவது 20 கார்களுக்கு சமமானது) கொண்ட செயற்கைக்கோள் மற்றும் அதன் கருவிகளை பூமியிலிருந்து குறைந்த உயர சுற்று வட்டப் பாதைக்கு (400-550கி.மீ.) ஏவக்கூடிய திறன்கொண்டது. இந்த சுற்று வட்டப்பாதையில் தான் தனது சொந்த விண்வெளி நிலையம் அமைப்பதற்கான முயற்சியை 29.4.2021இல் 8 டன் எடை கொண்டமுதல் பாகத்தை வெற்றிகரமாக விண்ணில் செலுத்தி தொடங்கி உள்ளது. இதேபோல் 11 ராக்கெட் பயணங்கள் மூலம் வரும் காலங்களில் விண்வெளி நிலையத்திற்கு தேவையான உபகரணங்களை மற்றும் அறிவியல் சாதனங்களை அனுப்பி 90 டன் எடை கொண்ட விண்வெளி நிலையத்தை உருவாக்குவதே இதன் இலக்கு ஆகும். சீனாவின் இந்த விண்வெளி நிலையம்

15.2 சீனா விண்வெளியில் சொந்தமாக கட்டப்போகும் டயங் ஹாங் விண்வெளி நிலையம்.

சர்வதேச விண்வெளி ஆராய்ச்சி நிலையத்தோடு ஒப்பிடும்போது கால் பகுதி ஆகும். இவ்வாறு எடுத்து சென்ற விதமான பாகங்களை ஒருங்கிணைப்பதற்கு ஜீன் 2021இல் விண்வெளி வீர்களை அந்த விண்வெளி நிலையத்திற்கு அனுப்பியது. அவர்கள் அங்கு தங்கி இருந்து இந்த பணியை செய்தனர். இந்த விண்வெளி நிலையம் 2022 முதல் இயங்கத் தொடங்கி அடுத்த 15 வருடம் அதாவது 2037 வரை இயக்கத்தில் இருக்கும் என சீனா அறிவித்துள்ளது- சீனா இந்த கால கட்டங்களில் தன்னுடைய வித விதமான ஆராய்ச்சிகளை குறிப்பாக மருத்துவம், விவசாயம் மற்றும் அணு ஆயுதம் சம்பந்தமான ஆராய்ச்சிகளை செய்யும். இந்த விண்வெளி நிலையம் என்ற கனவை கண்டிப்பாக சீன விண்வெளி நிறுவனம் சீன அரசாங்கத்தின் உதவியோடு கட்டி முடிக்கும் என்று சீனாவின் பிரபலமான செய்தி சேனல் கூறி உள்ளது. ஏனென்றால் இதற்கு முன்பு 2011இல் டயங்ஹாங்-1 மாதிரி ஆய்வகம் விண்வெளியில் சீனா அமைத்து வெற்றிகரமாக செயல்படவில்லை. அது சுற்று வட்டப்பாதையிலிருந்து விலகி சிதைந்துவிட்டது. அதேபோல் 2016இல் தொடங்கிய டயங்ஹாங்-2 மாதிரி ஆய்வகம் தோல்வியில் முடிந்தது என்பது குறிப்பிடத்தக்கது. இந்த புதிய டயங்ஹாங் விண்வெளி நிலையம் 2022இல் முழுவதுமாக வெற்றிகரமாக கட்டி முடிக்கும் பொழுது இது ரஷ்யாவின் ‘மிர்’ விண்வெளி நிலையம்

மாதிரிபோல் இருக்கும் என்று சீனா கூறியுள்ளது. இந்த மிர் நிலையம் 1980 முதல் 2000 வரை வெற்றிகரமாக இயங்கியது. இதற்கு பின்பு 1998ல் இரஷ்யா முதலில் ‘ஷர்யா’ என்ற பாகத்தை செலுத்தி இன்றைய சர்வதேச விண்வெளி நிலையத்திற்கான அடிக்கல்லை அன்று தொடங்கியது.

கடந்த 20 வருடங்களாக இந்த சர்வதேச விண்வெளி ஆராய்ச்சி நிலையத்தை இரஷ்யாவும் அமெரிக்காவும் மற்ற ஐரோப்பிய, ஜப்பான் நாடுகளோடு வெற்றிகரமாக பயன்படுத்தி வந்தது. கடந்த மாதம் ஏப்ரல் 2021ல் ரஷ்யாவும் ஐ.எஸ்.எஸ் ஆராய்ச்சியிலிருந்து விலகுவதாக அறிவித்துவிட்டது. இதில் உள்ள ஆராய்ச்சி கருவிகள் மற்றும் பகுதிகள் பழமையாகிவிட்டதாக ரஷ்யா காரணம் சொன்னாலும் இன்றைய அரசியல் ரீதியான காரணங்களால் தான் விலகுகிறது என்று நம்பலாம். ஆனால் அமெரிக்காவின் நாசா நிறுவனம் 2028 வரை தங்களது ஆராய்ச்சியை ஐ.எஸ்.எஸ். இல் தொடரப் போவதாக கூறியுள்ளது. 2028க்கு பிறகு இந்த ஐ.எஸ்.எஸ் ஓய்வு பெற்று விட்டால் பின்பு சீனாவினால் இன்று கட்டப்பட்டு வரும் விண்வெளி நிலையம் மட்டுமே விண்வெளியில் 2037 வரை இயக்கத்தில் இருக்கும். அப்பொழுது சீனா விண்வெளி சம்பந்தப்பட்ட ஆராய்ச்சிகளை தனது கட்டுப்பாட்டுக்குள் கொண்டு வந்து உலக அரங்கில் முன்னணி நாடாக இருக்கும். ஏனென்றால் ஏற்கனவே சீனா 2003இல் விண்வெளி வீரர்களை (டைக்கோநாட்) விண்ணுக்கு அனுப்பி எந்த நாட்டின் உதவியில்லாமல் வெற்றி பெற்றுள்ளது. மேலும் சாங்-4 ரோபாட்டையும் வெற்றிகரமாக நிலவுக்கு அனுப்பி வெற்றி கண்டுள்ளது. அந்த அளவுக்கு விண்வெளி தொழில் நுட்பத்தில் அமெரிக்கா மற்றும் ரஷ்யாவிற்கு இணையாக சாதித்து வருகிறது. 1970 இல் முதல் செயற்கைக்கோள் ஏவியது முதல் இன்றைய சீனாவின் விண்வெளி வளர்ச்சி உலக நாடுகளை சீனாவின் மீது உற்றுநோக்க வைத்துள்ளது. மேலும் நாசா மற்றும் ரஷ்யாவிற்கு இணையாக ராக்கெட் மற்றும் செஞ்சூ என்ற மனிதனை சுமந்து செல்லக்கூடிய விண்கலம் சீனா வைத்துள்ளது. இந்த ராக்கெட் நல்ல நம்பகத் தன்மையை (Reliability) உலக அரங்கில் பெற்று உள்ளது. மேலும் இதில் ரஷ்யாவின் சோயுஷ் விண்கலத்தில் உள்ளதுபோல் ஆபத்து நேரங்களில் விண்வெளி வீரர்கள் பாதுகாப்பாக தப்பித்து வெளியேறக் கூடிய தொழில்நுட்பமும் (Escape System) உள்ளது என்பது கூடுதல் நம்பிக்கை. இதனால் அமெரிக்காவைப் போல் சீனா விண்வெளி வீரர்களை இழக்கக்கூடிய நிலை வராது. சீனா, விண்வெளி வீரர்களை விமானப்படையில் இருந்து இதுவரை

தேர்ந்தெடுத்து வந்தது. இப்பொழுது பொறியாளர், மருத்துவம் மற்றும் திறமையுள்ள பொது மக்களையும் தேர்ந்தெடுத்து விண்வெளி வீரர்களாக மாற்ற பயிற்சி கொடுத்து வருகிறது. இதன்மூலம் மிகப் பெரிய விண்வெளி வீரர்கள் குழுவை சீனாதான் வரும் காலங்களில் வைத்திருக்கும். சீன விண்வெளி போர் வீரர்கள் என்று கூட உருவாக்கலாம். இதில் ஆச்சர்யம் ஒன்றும் இல்லை. 2022 முதல் விண்வெளி வீரர்களை சீன விண்வெளி நிலையத்திற்கு தொடர்ந்து அனுப்பி விண்வெளிப் போட்டியை சீனா தொடங்கும் என்பதில் எவ்வித மாற்றுக் கருத்தும் இல்லை. மேலும் ரஷ்யாவோடு சேர்ந்து சந்திர விண்வெளி நிலையம் அமைப்பதற்கான முயற்சியை சீனா தொடங்கி உள்ளதாக கடந்த மார்ச் 2021இல் அறிவித்தது. ஆனால் சீனாவின் இந்த டியங்ஹாங் விண்வெளி நிலையத்துடன் இணைந்து பணியாற்ற மற்ற நாடுகளுக்கு அனுமதி கிடைக்குமா என்பதை சீனா தெளிவாக சொல்லவில்லை. அதாவது சீன விண்வெளி நிலையம் சர்வதேச விண்வெளி நிலையம் போல மற்ற நாடுகளின் ஆராய்ச்சிகளை அனுமதிக்குமா என்பது பற்றியும் கூறவில்லை. அப்படி அனுமதித்தாலும் எந்தவிதமான ஆராய்ச்சிக்கு அனுமதி என்ற கட்டுப்பாடு விதிக்கும். குறிப்பாக பயோ சம்பந்தமான ஆராய்ச்சியில் சீனா தனியாக ஈடுபடவே விரும்புகிறது. மேலும் மற்ற நாட்டு விண்வெளி வீரர்களை சீன விண்வெளி நிலையத்தில் தங்குவதற்கு எவ்வளவு பணம் வசூல் செய்யும் என்று தெரியவில்லை. ஆனால், இன்று உள்ள ஐ.எஸ்.எஸ்-ல் ஒரு நாள் இரவு நாசாவின் பகுதியில் தங்குவதற்கு 40,000 அமெரிக்க டாலர்கள் நாசா வசூல் செய்கிறது என்பது குறிப்பிடத்தக்கது. மேலும் இப்பொழுது உள்ள ஐ.எஸ்.எஸ் போல இல்லாமல் சீனா மேம்படுத்தப்பட்ட தொழில் நுட்பத்தை கொண்டு உருவாக்கப்பட்ட பாகங்களையே விண்வெளி நிலையம் அமைக்க பயன்படுத்தி வருகின்றது. இதனால் நிலையத்தின் நம்பத்தன்மையும் கூடி அதிக நாள் பயன்படுத்தக் கூடிய விண்வெளி நிலையமாக இருக்கும் என்று சீனா நம்புகின்றது.

15.3 இந்திய விண்வெளி ஆராய்ச்சி நிலையம் மற்றும் ஸ்பேஸ் எக்ஸ் ஒரு அலசல்

ஸ்பேஸ் எக்ஸ் நிறுவனம் 2019ஆம் ஆண்டில் மூன்று நிதி சுற்றுகளில் மொத்தம் 1.33 பில்லியன் அமெரிக்க டாலர் மூலதனத்தை திரட்டியது. மே 2019 ஆண்டிற்குள் ஸ்பேஸ் எக்ஸ் மதிப்பீடு 33.3 பில்லியன் அமெரிக்க டாலர்களாக உயர்ந்து 2020 மார்ச் மாதத்திற்குள் 36 பில்லியன் அமெரிக்க டாலர்களை எட்டியது.

15.3 இந்தியாவின் ககன்யான் விண்கலம் மாடல் மற்றும் அதில் பயணம் செய்ய இருக்கும் வயோமித்ரா ரோபோ.

இவ்வாறாக ஸ்பேஸ் எக்ஸ் நிறுவனம் தனியார் மற்றும் நாசாவிடம் இருந்து முதலீடுகளைப் பெற்று விண்வெளியில் பல அதிசயத்தக்க சாதனைகளை நிகழ்த்தி வருகின்றது.

இதேபோல் 2020 ஆம் நிதி ஆண்டில் நாசாவுக்கு அமெரிக்க அரசிடமிருந்து கிடைத்த பட்ஜெட் தொகை 22.6 பில்லியன் டாலர் (இன்றைய இந்திய மதிப்பில் 1.68 லட்சம் கோடி அல்லது 1,68,000 கோடி ரூபாய்). இதில் கிட்டத்தட்ட பாதி அளவு பணத்தை சந்திர மண்டலத்திற்கு மீண்டும் செல்வதற்கான பணிக்கு ஸ்பேஸ் எக்ஸ், புளு ஆரிஜின், போயிங், டைனடிக்ஸ், லாக்ஹீட் மார்ட்டின் மற்றும் ஏரோ ஜெட் போன்ற அமெரிக்க தனியார் நிறுவனங்களுக்கு கொடுத்துள்ளது.

2020 ஆம் ஆண்டு அமெரிக்க நாட்டின் செலவுகளுக்கு (Spending) ஒதுக்கப்பட்ட தொகை 4.7 டிரில்லியன் டாலர் (348 லட்சம் கோடிகள்). மேலே கூறிய நாசாவின் பட்ஜெட் என்பது இதில் 0.48% ஆகும். அமெரிக்கா, கிட்டத்தட்ட 650 பில்லியன் டாலர்களை (48 லட்சம் கோடி) நாசாவிற்கு அதன் தொடங்கிய காலத்திலிருந்து இன்றுவரை செலவிட்டுள்ளது என்பது குறிப்பிடத்தக்கது.

இந்திய விண்வெளி ஆராய்ச்சி நிறுவனத்திற்கு (இஸ்ரோ) 2020 ஆம் ஆண்டு இந்திய அரசிடமிருந்து கிடைத்த பட்ஜெட் 13479 கோடி அல்லது 0.13479 லட்சம் கோடி ஆகும். இது ஒரு வருட

நாசாவின் பட்ஜெட்டுடன் (1.68 லட்சம் கோடி) ஒப்பிடும்போது 12 மடங்கு குறைவானதாகும் என்பது குறிப்பிடத்தக்கது. 2020 ஆம் ஆண்டில் இந்திய நாட்டின் செலவுகளுக்கு ஒதுக்கப்பட்ட பட்ஜெட் தொகை 490 பில்லியன் டாலர் (35 லட்சம் கோடி) மேலே கூறிய இஸ்ரோவின் பட்ஜெட் என்பது இதில் 0.38% ஆகும். நாசாவின் சதவீதத்துடன் (0.48%) ஒப்பிடும்போது மேலும் இது 26% குறைவானதாகும்.

இவ்வாறாக இஸ்ரோ தனக்கு ஒதுக்கப்பட்ட பட்ஜெட்டில், நாட்டிற்கும் மற்றும் சாமானியர்களுக்கும் விண்வெளி அடிப்படையிலான சேவைகளை வழங்குவதற்கும், சுயாதீனமாக அதை அடைவதற்கான தொழில்நுட்பங்களை உருவாக்குவதற்கும் தனது பணியை 50 ஆண்டுகளுக்கு முன்பு தொடங்கி தொடர்ந்து பணியாற்றி வருகிறது. இந்த செயல்பாடுகள் மூலம் உலகின் ஆறு, பெரிய விண்வெளி நிறுவனங்களில் ஒன்றாக மாறியுள்ளது. தகவல் தொடர்பு செயற்கைக்கோள்கள் (இன்சாட்) மற்றும் ரிமோட் சென்சிங் செயற்கைக்கோள்கள் பராமரிப்பதன் மூலம் வேகமான மற்றும் நம்பகமான தகவல் தொடர்பு மற்றும் பூமி கண்காணிப்புக்கான வளர்ந்து வரும் தேவையை நாட்டிற்காக பூர்த்தி செய்து வருகின்றது. மேலும் 104 செயற்கைக்கோள்களை ஒரு ராக்கெட்டில் ஒரே முறை விண்ணில் செலுத்தி உலக சாதனை படைத்துள்ளது. மற்ற விண்வெளி நிறுவனங்கள் எல்லாம் பல தோல்விகளை தாங்கக்கூடிய அளவிற்கு பொருளாதார ரீதியாக பலத்தைப் பெற்றுள்ளது. ஆனால் இஸ்ரோ இதற்கு முன்பு சில தோல்விகள் சந்தித்து உள்ளது. இவற்றையெல்லாம் தாண்டி இன்று 72 முறை ராக்கெட்டை வெற்றிகரமாக விண்ணில் செலுத்தி பல செயற்கைக்கோள்களை விண்வெளிச் சுற்றுப் பாதையில் நிலை நிறுத்தி உள்ளது. மேலும் தொழில்நுட்ப சவால்கள் நிறைந்த சந்திராயன்-1 விண்கலத்தை 2008இல் முதன் முறையாக சந்திர மேற்பரப்பில் செலுத்தி வெற்றி கண்டது.

அதேபோல் மார்ஸ் ஆர்பிட்டர் மிஷன் (MOM) எனப்படும் மங்கள்யான்-1 செயற்கைக்கோளை செவ்வாய் கிரகத்தின் மேற்பரப்பில் 2013இல் செலுத்தி முதல் தடவையிலேயே வெற்றி கண்டது. வேறு எந்த நாடும் முதல் தடவை செலுத்தி வெற்றி கண்டதில்லை என்பது குறிப்பிடத்தக்கது. மேலும் இந்த மங்கள்யான்-1இன் செலவு என்பது 74 மில்லியன் டாலர், அதாவது ஒரு கி.மீ. தூரத்திற்கு 15 ரூபாய் ஆகும். மிகக் குறைந்த செலவில் ஆர்பிட்டரை உருவாக்கி முதல் தடவையிலேயே செவ்வாய்க்கு

செலுத்தி வெற்றியை ருசித்த நாடு என்ற பெருமை பெற்றது. அதாவது நாசாவின் மாவென் (MAVEN) ரோவரை செவ்வாய் கிரகத்திற்கு அனுப்ப 670 மில்லியன் டாலர் செலவு செய்யப்பட்டது. ஒரு கிலோ மீட்டர் தூரத்திற்கு 150 ரூபாய் ஆகும். இதேபோல் நாசாவின் பெர்சவரன்ஸ் ரோவருக்கான செலவு என்பது ஒரு கிலோ மீட்டருக்கு 725 ரூபாய் ஆகும். இந்த ரோவரை செலுத்த பயன்பட்ட அட்லஸ் ராக்கெட்டிற்கான செலவு 250 மில்லியன் டாலர். மேலும் சந்திரனின் ஆராயப்படாத தென் துருவத்தை ஆராய ஆர்பிட்டர், லேண்டர் மற்றும் ரோவர் அடங்கிய சந்திராயன்-2 இந்தியா செவ்வாய் கிரகத்திற்கு அனுப்பியது. இந்த சந்திராயன் -2இன் செலவு 80 மில்லியன் டாலர் மற்றும் இதை விண்ணில் செலுத்த பயன்பட்ட ராக்கெட்டின் செலவு 50 மில்லியன் டாலர்.

இவ்வாறாக இஸ்ரோவும் குறைந்த விலையில் ராக்கெட், செயற்கைக்கோள்கள் மற்றும் தொழில்நுட்ப சவால் நிறைந்த பணிகளை செய்து வெற்றி கண்டுள்ளது. மேலும் 32 நாடுகளின் 269 சிறிய வகை செயற்கைக்கோள்களை விண்ணில் செலுத்தி இலாபம் ஈட்டியுள்ளது. இந்தியாவின் பி.எஸ்.எல்.வி ராக்கெட் உலகின் மிகவும் நம்பகத்தன்மையான ராக்கெட் என்ற பெயரோடு உலக விண்வெளி சந்தையில் கோலேச்சி பல செயற்கைக்கோள்களை குறைந்த விலையில் விண்ணில் செலுத்தி உள்ளது என்பது குறிப்பிடத்தக்கது. ஸ்பேஸ் எக்ஸ் என்ற தனியார் நிறுவனத்தின் வருகை என்பது ரஷ்யா, ஐரோப்பா, மற்றும் இந்திய விண்வெளி நிறுவனங்களின் செயற்கைக்கோள் ஏவுதலில் பாதிப்பை ஏற்படுத்தி உள்ளது என்பது உண்மையே. இருப்பினும் இந்தியாவுக்கு என்று செயற்கைக்கோள்கள் கொடுக்கக்கூடிய வாடிக்கையாளர்கள் உலக அரங்கில் உள்ளனர். சிறிய வகை செயற்கைக்கோள்களை விண்ணில் செலுத்துவதில் இஸ்ரோ, ஸ்பேஸ் எக்ஸ் நிறுவனத்திற்கு கடுமையான போட்டியை கொடுத்து வருகிறது என்பது முற்றிலும் உண்மை. எதிர்காலத்தில் எல்லா தொழில்நுட்பங்களிலும் சிறந்த திறனை வெளிப்படுத்தி இஸ்ரோவும் ஸ்பேஸ் எக்ஸ் போன்ற நிறுவனங்களுடன் போட்டியில் இருக்கும். விண்வெளிக்கு மனிதரை அனுப்பும் ககன்யான் திட்டத்திலும் இஸ்ரோ தீவிரமாக பணியாற்றி வருகின்றது என்பது நாளிதழ்கள் மூலம் நாம் அறிந்ததே. மேலும் நாசா-ஸ்பேஸ் எக்ஸ் போலவே இஸ்ரோவும் இப்பொழுது வளர்ந்து வரும் இந்திய தனியார் விண்வெளி நிறுவனங்களோடு இணைந்து விண்வெளி ஆராய்ச்சியில் பல சாதனைகள் படைக்கும் என்று நம்புவோம்.

இணைப்பு – 1 : ஆங்கிலம்-தமிழ் அர்த்தங்கள்

Orbit	சுற்றுப்பாதை
Thrust	உந்துதல்/உந்துவிசை
SpaceTechnology	விண்வெளி தொழில்நுட்பம்
Propellants (fuel+oxidiser)	உந்துசக்திகள் (எரிபொருள்+ஆக்சிஜனேற்றி)
Acceleration	முடுக்கம்
Pressure Leak	அழுத்தக் கசிவு
Recovery	மீட்டெடுப்பு
Reuse	மறு பயன்பாடு
Data's	தரவுகள்
Iterations	மறுசெய்கைகள்
Stage Separation	நிலை பிரிப்பு
First Stage	முதல் நிலை/முதல் கட்டம்/ முதல் அடுக்கு
Orbital class rocket	சுற்றுப்பாதை வகுப்பு ராக்கெட்
Recovery Portion	மீட்புப் பகுதி
Ascent Portion	ஏறும் பகுதி
Landing Area	இறங்கும் பகுதி
Rocket Nozzle	ராக்கெட் முனை
Geo-Stationary-Transfer orbit (GTO)	புவிபரிமாற்ற சுற்றுப்பாதை
Low Earth orbit (LEO)	பூமியின் குறைந்த சுற்றுப்பாதை
Geo Synchronous orbit (GSO)	புவிசார் ஒத்திசைவு சுற்றுப்பாதை
Full Thrust(FT)	முழு உந்துதல்
Falcon-9-FT Rocket	பால்கன்-9 முழு உந்துதல் ராக்கெட்

Inclination	சாய்வு
Payload	செயற்கைக்கோள் எடை அல்லது ராக்கெட் மேலே எடுத்துச் செல்லும் பொருள்
Development Stage	வளர்ச்சி நிலை
Expendable Rocket	மீண்டும் பயன்படுத்த முடியாத (அல்லது) செலவிடச் கூடிய ராக்கெட்
Gross weight	மொத்த எடை
Dry weight/Dry mass	உலர் எடை/உலர் நிறை
Vertical landing	செங்குத்தாக தரை இறங்குதல்
Proto type	முன் மாதிரி
Space Shuttle	விண்வெளி விண்கலம்/விண்கல ஓடம்
Space Access	விண்வெளி அணுகல்
Single Stage to orbit (SSTO)	ஒற்றை நிலை சுற்றுப்பாதை
Polar orbits	துருவ சுற்றுப்பாதைகள்
Lunar Surface	சந்திர மேற்பரப்பு
Lunar orbit	சந்திர சுற்றுப்பாதை
Mars Surface	செவ்வாய் கிரகத்தின் மேற்பரப்பு
Mars orbit	செவ்வாய் கிரக சுற்றுப்பாதை
cost	செலவு
Price	விலை
Gravity Force	ஈர்ப்பு விசை
Orbital velocity	சுற்றுப்பாதை வேகம்
Impulse, Isp	கணத்தாக்கு எண்
Dragon	ஸ்பேஸ் எக்ஸ் ன் டிராகன் விண்கலம்
Improved/Advanced	மேம்படுத்தப்பட்ட

Space Travel	விண்வெளி பயணம்
Space Tourism	விண்வெளிசுற்றுலா
Rocket/Launch vehicle	ஏவுகணை வாகனம் அல்லது ராக்கெட்
One million	பத்து இட்சம் (இந்திய மதிப்பு) ரூபாய்
One million US dollar	7.2 கோடி இந்திய மதிப்பு (2021)
One Billion US dollars	*1000 million US dollar=7200* கோடி ரூபாய் *(2021)*
One Trillion	ஒரு லட்சம் கோடி ரூபாய்
One Trillion US Dollars	*1000 Billion US dollar=72* லட்சம் கோடி ரூபாய்
India's 2021 Gross domestic product (GDP)	*3 Trillion US dollar=216* லட்சம் கோடி ரூபாய்
Revenue	வருவாய்
Engine	இயந்திரம்/எஞ்சின்/இஞ்சின்
Development cost	வளர்ச்சி செலவு
Production cost	உற்பத்தி செலவு
Reliability	நம்பகத்தன்மை
Efficient (or) Capacity	திறன்/திறமை
Consumables	நுகர்பொருட்கள்
Operation Costs	செயல்பாட்டு செலவுகள்
Design	வடிவமைப்பு
Deep Throttling process	ஆழமான துண்டுதல் செயல்முறை
Thrust to weight ratio (T/w)	உந்துதல்-எடை விகிதம்
Cargo Dragon (கார்கோ ட்ராகன்)	ஸ்பேஸ் எக்ஸ் ன் விண்வெளிக்கு பொருள்கள் எடுத்துச் செல்லும் விண்கலம்
Crew Escape System (CES)	குழு தப்பிக்கும் அமைப்பு அல்லது வீரர்கள் வெளியேறும் அமைப்பு

Crew Dragon (க்ரு ட்ராகன்)	ஸ்பேஸ் எக்ஸின் விண்வெளி வீரர்கள் செல்லும் விண்கலம்
Atmosphearic pressure	வளி மண்டல அழுத்தம்
Density	அடர்த்தி
Gravitational force	புவிஈர்ப்பு விசை
Gravitational Accelaration	ஈர்ப்பு முடுக்கம்
International Space Station (ISS)	சர்வதேச விண்வெளி ஆராய்ச்சி நிலையம் (ஐ.எஸ்.எஸ்)
Docking	இணைத்தல்/இணைப்பு
Refurbishment	புதுப்பித்தல்
Heat shield/payload fairing	வெப்பக் காப்பான்
Satellite constellations	செயற்கைக்கோள் விண்மீன்கள்
Space station	விண்வெளி நிலையம்
Internet	இணையதளம்
Net work	வலைப்பின்னல்
Liquid oxygen (LOX)	திரவ ஆக்சிஜன்
Liquid Fuel Rocket	திரவ எரிபொருள் ராக்கெட்
Combustion chamber	எரிவு அறை
Thrust chamber	உந்து அறை
Commercial Service	வணிக சேவை
Liquid Hydrozen (LH_2)	திரவ ஹைட்ரஜன்
Sea level	கடல் மட்டம்
Sea level,(SL) Thrust	கடல் மட்ட உந்துதல்
Vaccum level(VL) Thrust	வெற்றிட உந்துதல்
Expansion ratio	விரிவாக்க விகிதம்
Thrust vectoring control	உந்துதல் திசையின் கட்டுப்பாடு
Gas generator (GG) Power cycle system	எரிவாயு ஜெனரேட்டர் சக்தி சுழற்சி அமைப்பு
Stage Combustion cycle (SCC)	நிலை எரிப்பு சுழற்சி அமைப்பு

Deep Throttle capacity	ஆழமான துண்டுதல் திறன்
Single Shaft	ஒற்றைத் தண்டு
Entrepreneur	தொழில் முனைவோர்
Low cost	மலிவு விலை (அ) குறைந்த செலவு
Drag (force)	இழுவிசை
Human rated spacecraft	மனித மதிப்பீடு செய்யப்பட்ட விண்கலம்
Inter planetary	கிரகங்களுக்கு இடையில்
Stainless steel	எஃகு பொருள்
Radiation	கதிர்வீச்சு
Air pressure	காற்றழுத்தம்
Diameter	விட்டம்
High speed internet	அதிவேக இணையம்
Multiplanetary species	பன்முகத்தன்மை உள்ள இனங்கள்
Bid	ஏலம்
Agreement	ஒப்பந்தம்
Zerogravity	சுழி ஈர்ப்பு
Carbon fibre	கரிமநார்
Microgravity	நுண் ஈர்ப்பு
Rocket Trajectory	ராக்கெட் பாதை
Take off	புறப்படும் முறை
Space economy	விண்வெளி பொருளாதாரம்
Vertical Take off vertical landing (VTVL)	செங்குத்து புறப்படுதல் செங்குத்து தரையிறக்கம்
Indian patent rights	இந்திய காப்பு உரிமைகள்
Federal Aviation Administration (FAA)	அமெரிக்காவின் ஃபெடரல் ஏவியேஷன் நிர்வாகம்

இணைப்பு-2 குறிப்புகள்

1. ஸ்பேஸ் எக்ஸ் ஃபால்கன் ராக்கெட் பயனர்கள் வழிகாட்டி, (பி.டி.எப். தொகுப்பு) ஆகஸ்ட் 2020.

   https://www.spacex.com இணையதளம்

2. ஸ்பேஸ் எக்ஸ் ஸ்டார்ஷிப் பயனர்கள் வழிகாட்டி (பி.டி.எப் தொகுப்பு) மார்ச், 2020 (திருத்தம்-1.0)

3. இவானேள பில்லி, ஒரு மறு பயன்பாட்டு ராக்கெட்டுக்கான (Reusable launch vehicle) முன் கூட்டிய கலந்துரையாடல் செலவு, முதன்மை ஆய்வறிக்கை ஏரோஸ்பேஸ் இஞ்சினியரிங், பாலிடெக்னிகோ டி டோரினோ, இத்தாலி AA2020/2021.

4. விண்வெளி வெளியீட்டு முறை - நாசா உண்மைகள். நாசா, 11 அக்டோபர் 2017 FS-2017-09-92-MSFC, 4 செப்டம்பர் 2018.8

5. பர்கார்ட், தாமஸ் (ஜீலை 2019), ஸ்டார் ஹோப்பர் வெற்றிகரமாக அறிமுக ஹாப்பை போகா சிக்காவில் நடத்தியது. NASA Space flight.com, ஜனவரி 2021.

6. ஃபால்கன் ஹெவி கண்ணோட்டம், ஸ்பேஸ் எக்ஸ்.காம் (2011)இல் இணையதளத்தில் தொகுக்கப்பட்ட ஒரிஜினல் பகுதியிலிருந்து வெளியிட்ட மார்ச் 2017 தொகுப்பு.

7. பீட்டர் பி.டி. செல்டிங் (அக்டோபர் 2016), ஃபால்கன்-9 விசாரணையில் ஸ்பேஸ் எக்ஸ் ன் ஷாட்வெல், மீண்டும் பயன்படுத்தப்பட்ட ராக்கெட்டுகளுக்கான தள்ளுபடிகள் மற்றும் சிலிக்கான் வேலியின் சோதனை மற்றும் தோல்வி நெறிமுறைகள், ஸ்பேஸ் நியூஸ், மார்ச் 2017.

8. பீட்டர் பி.டி. செல்டிங் (பிப்ரவரி 2016), ஸ்பேஸ் எக்ஸ் மதிப்பிடப்பட்ட 5 புதிய விண்வெளி நிலைய சரக்கு பயணங்களை கொண்டு செல்வதற்கான ஒப்பந்தத்தில் நாசாவின் 700 மில்லியன் டாலர் ஒப்பந்தத்தை வென்றது. ஸ்பேஸ் நியூஸ், பிப்ரவரி 2016.

9. ஜாக்கி வாட்டல்ஸ், CNN, ஸ்பேஸ் எக்ஸ் நாசா பணி: நான்கு விண்வெளி வீரர்கள் வெற்றிகரமாக சர்வதேச விண்வெளி நிலையத்தை அடைந்தனர். 17 நவம்பர் 2020.

10. ஸ்பேஸ் எக்ஸ் டெமோ-2 வெற்றி. எதிர்கால வணிக விண்வெளி வீரர்கள் குழு பணிக்கான அடித்தளத்தை ஸ்பேஸ் எக்ஸ் அமைத்தது, அமெரிக்கா ஸ்பேஸ் இதழ், ஜீன் 2020.

11. நார்டன், கரேன், நாசாவும் ஸ்பேஸ் எக்ஸ் ம் இணைந்து க்ரூட்ராகன் விண்கலத்தின் முக்கிய சோதனையை செய்து முடித்தது, ஜனவரி 2020.

12. பவுஸ்ட், ஜெஃப், ஸ்பேஸ் எக்ஸ் ன் சமீபத்திய நிதி திரட்டும் சுற்று, ஸ்பேஸ் நியூஸ், ஏப்ரல் 2021.

13. வாட்டல்ஸ், ஜாக்கி, ஸ்பேஸ் எக்ஸ் ன் சொத்து மதிப்பு 46 பில்லியன் டாலர் ஆனது, சி.என்.என் வர்த்தகம், ஆகஸ்ட் 2020.

14. சாங், கென்னத், ஸ்பேஸ் எக்ஸ் நாசா விண்வெளி வீரர்களை சுற்றுப்பாதையில் செலுத்தி விண்வெளி ஆராய்ச்சி பயணத்தில் புதிய சகாப்தத்தை தொடங்கியது. விண்வெளி விண்கலங்கள் 2011இல் ஓய்வு பெற்ற பிறகு அமெரிக்க மண்ணிலிருந்து அமெரிக்க ராக்கெட்டில் அமெரிக்க வீரர்கள் செல்வது இதுதான் முதல் முறை. தி நியூயார்க் டைம்ஸ், ஆகஸ்ட் 2020.

15. நோவெட், ஜோர்டன், ஸ்டார்லிங்க் இணைய இணைப்பிற்கான எலான் மஸ்கின் ஸ்பேஸ் எக்ஸ் இடம் இருந்து கூகுள் கிளவுட் ஒப்பந்தத்தைப் பெற்றது. சி.என்.பி.சி, மே 2021.

16. ஸ்டீபன் கிளார்க், பால்கன் 1 ராக்கெட்டின் கடைசியாக ஸ்வீட் சக்ஸஸ்." செப்டம்பர் 2008.

17. பால்கன் 9 முதல் ஸ்டார்லிங்க் தொகுப்பு (60 செயற்கைக்கோள்கள்) செயற்கைக் கோள்களை விண்ணில் செலுத்தியது. ஸ்பேஸ் எக்ஸ் செலுத்திய மிகப் பெரிய பேலோட் ஆகும். நாசா ஸ்பேஸ் பிளைட். காம், 2019.

18. ஸ்டீபன் கிளார்க், ஸ்பேஸ் எக்ஸ் 143 சிறிய செயற்கைக்கோள்களை விண்ணில் ஏவி உலக சாதனை செய்தது. ஸ்பேஸ் பிளைட் நவ், ஜனவரி 2021.

19. https://en.wikipedia.org/wiki/spacex (விக்கிபீடியா இணையதளம்)

■

www.ingramcontent.com/pod-product-compliance
Lightning Source LLC
LaVergne TN
LVHW040801051026
849519LV00007BA/2582